AF744963

Ofurfæðiseldhúsið

Ljúffengar og næringarríkar uppskriftir fyrir bestu heilsu. Uppgötvaðu kraft ofurfæðis og umbreyttu heilsu þinni með 100 uppskriftum sem auðvelt er að búa til

Hilda Traustadóttir

EFNISYFIRLIT

KYNNING

Velkomin í Ofurfæðiseldhúsið, þar sem þú munt uppgötva ótrúlegan kraft ofurfæðis og hvernig hún getur umbreytt heilsu þinni. Með yfir 100 ljúffengum og auðvelt að gera uppskriftir er þessi matreiðslubók leiðarvísir þinn til að innlima næringarríkan mat í daglegu matreiðslunni þinni.

Hverri uppskrift fylgir mynd í fullri lit, svo þú getur séð nákvæmlega hvernig rétturinn þinn ætti að líta út. Þú finnur einnig ítarlegar leiðbeiningar um hvernig á að útbúa og elda hverja uppskrift, sem og upplýsingar um heilsufar hvers ofurfæðis.

Þessi matreiðslubók tekur þig í matreiðsluferð sem er bæði ljúffengt og næringarríkt, allt frá morgunmatssmoothies og orkupakkað snarl til góðra súpa og bragðmikilla aðalrétta. Þú munt læra hvernig á að nota ofurfæði eins og grænkál, chiafræ og quinoa til að auka bragðið og næringu máltíðanna.

Hvort sem þú ert að leita að því að léttast, auka orku þína eða einfaldlega bæta heilsu þína, þá er þessi matreiðslubók leiðarvísir þinn um heim ofurfæðu. Þú munt læra um heilsufar hvers ofurfæðis og hvernig á að fella hann inn í matargerðina þína til að hámarka næringargildi þeirra.

OFURMATUR MOMBURMAÐUR

1. Dúnkenndar heitar kökur með Açaí berjasósu

Gerir: 4 skammta

Hráefni:

AÇAI BERJA SÓSA:

- 1 frosinn hreinn açai poki
- 1 ½ bolli frosin blönduð ber
- 1-2 matskeiðar hlynsíróp

HEITAR KÖKUR:

- 1 ½ bolli hvítt speltmjöl
- 3 tsk lyftiduft
- Örlítið klípa af salti
- 1 bolli + 2 matskeiðar sojamjólk
- 1 ½ tsk vanilluþykkni
- 3-4 matskeiðar hlynsíróp
- 1 matskeið brætt kókossmjör

LEIÐBEININGAR:

AÇAI BERJA SÓSA:

a) Bætið hráefnum í pott á meðalhita og stappið berin þegar þau eru orðin mjúk. Lækkið hitann í lágan og eldið í 5-10 mínútur og hrærið af og til.

b) Notið sósuna volga úr pottinum eða setjið hana í ísskáp í nokkrar klukkustundir til að þykkna.

HEITAR KÖKUR:

c) Blandið blautu hráefnunum saman í stórri skál og hrærið síðan í gegnum þurrefnin sem eftir eru. Hann á að vera þykkur en hellanlegur og reyndu að blanda deiginu ekki of mikið.

d) Hitið non-stick pönnu að meðalhita og þegar það er heitt hellið um það bil $\frac{1}{2}$ bolla af deigi í miðjuna. Bíddu eftir að loftbólur birtast og snúðu elduninni við í 1-2 mínútur í viðbót. Vertu þolinmóður þar sem það tekur tíma að verða dúnkenndur.

e) Settu pönnukökurnar saman og toppaðu með açai berjasósu/ávöxtum og njóttu!

2. Vöfflur með Açaí-berjasósu

Gerir: 4 skammta

Hráefni:

- 1 bolli möndlumjöl
- 1 tsk lyftiduft
- ½ tsk matarsódi
- ¼ bolli kókossykur
- 1 bolli kókosmjólk
- 3 matskeiðar kókosolía
- 1 klípa af vanilluþykkni
- 1 hör egg
- 1 matskeið hlynsíróp

LEIÐBEININGAR:

a) Blandið saman hveiti, lyftidufti, matarsóda, kókossykri og vanilluþykkni í skál. Blandið kókosolíu, kókosmjólk og hköregg saman í sérstakan bolla.
b) Bætið blautu hráefnunum við þau þurru og hrærið þar til það hefur blandast vel saman.
c) Látið standa í ísskápnum á meðan vöfflujárnið hitnar.
d) Smyrjið járnið með smá kókosolíu og elduðu vöfflurnar þar til þær eru gullinbrúnar og örlítið stökkar.
e) Fyrir sósuna, hitið á lítilli pönnu 2 handfylli af ávöxtum með 3 msk af agavesírópi þar til hlaupið kemur í ljós. látið kólna og bætið við 1 matskeið af Açaí dufti.
f) Hellið yfir vöfflur og skreytið með fleiri ávöxtum.

3. Ashwagandha hafragrautur með plómumót

Gerir: 2 skammta

HRÁEFNI:

FYRIR GRAUTINN

- 100 g mochi hrísgrjón
- $\frac{3}{4}$ bollar af vatni
- 1 bolli hrísgrjónamjólk
- klípa af salti
- 1 matskeið hrísgrjón sætuefni
- $\frac{1}{2}$ tsk vanilluþykkni
- 1 teskeið af Ashwagandha

FYRIR PLÓMUTJÓNIN

- 300 grömm af plómum
- 2 matskeiðar hrísgrjón sætuefni
- 1 tsk túrmerikduft
- 1 stjörnu anís
- 1 kanilstöng
- 2 kardimommur

LEIÐBEININGAR:

FYRIR GRAUTINN:

a) Eldið hrísgrjónin í 10-15 mínútur með vatni við vægan hita. Bætið síðan mjólkinni út í og haltu áfram að elda í 20 til 30 mínútur í viðbót.

b) Bætið matskeið af hrísgrjón sætuefni út í grautinn og kryddið með salti og vanillu.

c) Þeytið Ashwagandha út í.

FYRIR KOMPETURINN:

d) Skerið plómurnar í litla bita og setjið í lítinn pott með vatni, teskeið af salti, hrísgrjón sætuefni, túrmerik, kanilstöng, stjörnuanís og kardimommur og látið malla rólega í um 10-15 mínútur við meðalhita.

e) Fjarlægðu kanilstöngina, stjörnuanísinn og kardimommubungurnar áður en þær eru bornar fram.

f) Berið fram með graut.

4. Ashwagandha & túrmerik bananapönnukökur

Gerir: 2 skammta

HRÁEFNI:

- 1 bolli glútenlaust haframjöl
- 1 teskeið af Ashwagandha
- 1 banani, skorinn í sneiðar
- 2 matskeiðar möluð hörfræ
- 6 matskeiðar af vatni
- $\frac{1}{2}$ tsk matarsódi
- $\frac{3}{4}$ bolli mjólkurlaus mjólk
- $\frac{1}{2}$ tsk vanilluþykkni
- 1 teskeið af kanil
- $\frac{1}{2}$ tsk túrmerikduft
- 1 matskeið af hlynsírópi
- 1 tsk eplaedik
- klípa af salti
- 1 tsk kókosolía, til eldunar

ANNAÐ ÁFLAÐ:

- kókosflögur
- hvaða staðbundnu ávexti sem er
- heslihnetusmjör
- kakóbaunir

LEIÐBEININGAR:

a) Blandið möluðu hörfræunum saman við vatnið, hrærið nokkrum sinnum og látið standa í 20 mínútur

b) Hellið hveitinu í blöndunarskál, bætið matarsódanum út í og hrærið saman

c) Bætið hörmjölinu, mjólk, vanillu, kanil, túrmerik, hlynsírópi og ediki út í og hrærið til að mynda deiglaga blöndu

d) Hitið kókosolíuna á stórri pönnu við vægan hita og eldið pönnukökuna í 1-2 mínútur þar til hliðarnar eru orðnar gullinbrúnar og loftbólur myndast ofan á.

e) Þegar loftbólur myndast byrjarðu á því að setja nokkrar bananasneiðar ofan á pönnukökuna.

f) Snúið við og eldið 1-2 mínútur í viðbót á hinni hliðinni.

5. Ashwagandha-Goji-hafrar

Gerir: 2 skammta

Hráefni:

- Hraðskorinn barnahafrar
- Ashwagandha duft
- Goji ber
- Krydd
- Keltneskt sjávarsalt eftir smekk
- Hunang
- Nýmjólk eða möndlumjólk
- Valfrjálst: svört sesamfræ eða valhnetur

LEIÐBEININGAR:

a)Látið 1 bolla hraðskorinn barnahafra, 1 tsk Ashwagandha, krydd, gojiber og salt malla í 3 bollum af vatni í nokkrar mínútur.

b)Bætið við hunangi og mjólk eftir smekk

6. Goji berjahafrar

Gerir: 2 skammta

HRÁEFNI:

- Hraðskorinn barnahafrar
- Ashwagandha duft
- Goji ber
- Krydd
- Keltneskt sjávarsalt eftir smekk
- Hunang
- Nýmjólk eða möndlumjólk
- Valfrjálst: svört sesamfræ eða valhnetur

LEIÐBEININGAR:

a)Látið 1 bolla hraðskorinn barnahafra, 1 tsk Ashwagandha, krydd, gojiber og salt malla í 3 bollum af vatni í nokkrar mínútur.

b)Bætið við hunangi og mjólk eftir smekk

7. Epli, Goji og hnetugrautur

Gerir: 4 skammta

HRÁEFNI:

- $\frac{1}{2}$ bolli af uppáhalds hnetunum þínum
- 2 epli, kjarnhreinsuð og skorin í teninga
- 1 matskeið malað hörfræ
- 2 matskeiðar agave síróp
- 1 msk goji ber
- 6 þurrkaðar fíkjur, saxaðar

LEIÐBEININGAR:

a) Setjið hneturnar, eplin, möluð hörfræ og agave í matvinnsluvél.
b) Vinnið í þykka grautaráferð að eigin smekk.
c) Til að bera fram, skiptið í fjórar skálar. Toppið með goji berjunum og fíkjunum og berið fram.

8. Spírað haframjöl með Goji berjum

Gerir: 4 skammta

HRÁEFNI:

- 2 bollar heilir hafragrautur, lagðir í bleyti yfir nótt í 4 bollum af vatni og skolaðir
- $\frac{1}{2}$ bolli döðlur með gryfju, 1 bolli niðurskorinn banani eða $\frac{1}{4}$ bolli agavesíróp
- 2 matskeiðar síað vatn, eftir þörfum
- $1\frac{1}{2}$ matskeið af uppáhalds bragðefninu þínu
- $\frac{1}{2}$ bolli af goji berjum

LEIÐBEININGAR:

a) Setjið hafrana og döðlurnar í matvinnsluvél með vatninu og vinnið í rjóma áferð svipað og soðið haframjöl.

b) Bætið við valfrjálsu bragðefninu og ávöxtum og hnetum, ef þess er óskað.

c) Púls til að blanda vel saman.

9. Ashwagandha Bircher múslí

Gerir: 2 skammta

Hráefni:

- 2 bollar Jumbo valsaðar hafrar
- Vegan jógúrt
- 5-6 möndlur, sneiddar
- 2 matskeiðar Chia fræ
- 1 matskeið Ashwagandha duft
- 4 jarðarber, skorin í sneiðar
- 1 msk graskersfræ
- 2 matskeiðar rúsínur
- Hunang eða hlynsíróp að vild

LEIÐBEININGAR:

a) Tómir júmbó rúllaðir hafrar í mason krukku eða skál

b) Bætið við vegan jógúrt, Chia fræjum, möndlum, graskersfræjum, rúsínum og Ashwagandha. Blandið vandlega saman.

c) Leggið í bleyti yfir nótt í kæli.

d) Bætið smá mjólk saman við til að blanda aftur þar til slétt og æskileg þéttleiki er náð.

e) Áður en borið er fram skaltu nota niðurskornar sneiðar af banani og jarðarberi sem skraut.

f) Bætið við skreytingu og sætuefni.

10. Ashwagandha Chai grautur

Gerir: 2 skammta

Hráefni:

- 12 aura flaska af Ashwagandha Chai, skipt
- 1 bolli ósykrað vanillu möndlumjólk, auk meira til að drekka
- 1 bolli vatn
- ½ tsk kosher salt
- ½ bolli rúllaðir hafrar
- ½ bolli stálskorinn hafrar
- 1 matskeið hreint hlynsíróp, auk meira til að drekka
- Malaður kanill, til skrauts

LEIÐBEININGAR:

a) Í meðalstórum potti, blandaðu saman 1 bolla af chai, 1 bolla af möndlumjólk, 1 bolla af vatni og salti. Látið sjóða rólega við háan hita.

b) Bætið báðum tegundum af höfrum út í og lækkið hitann í miðlungs lágan.

c) Leyfðu höfrunum að malla við jafnt og þétt, hrærið af og til, í 20 mínútur. Hrærið 1 matskeið af hlynsírópi út í.

d) Skiptið grautnum á milli 2 skála og dreypið smá auka chai, möndlumjólk og hlynsírópi yfir ef vill.

e) Skreytið með stökki af kanil og njótið!

11. Súkkulaði granóla

Gerir: 2 skammta

Hráefni:

- 2 bollar rúllaðir hafrar
- 12 brasilhnetur, smátt saxaðar
- ¼ bolli sneiðar möndlur
- ¼ bolli kókosolía
- 2,5 matskeiðar hlynsíróp
- 1 matskeið kókossykur (má sleppa)
- ½ matskeið kakóduft
- 2 tsk ashwagandha duft
- ½ tsk vanilla
- ¼ tsk sjávarsalt
- ⅓bolli súkkulaðiflögur
- ½ bolli þurrkuð mórber

LEIÐBEININGAR:

a)Forhitaðu ofninn þinn í 325F og klæddu bökunarplötu með bökunarpappír.

b)Hrærið öllu hráefninu saman nema súkkulaðibitunum og þurrkuðum mórberjum.

c)Dreifið blöndunni jafnt yfir bökunarplötuna og bakið í 20 mínútur, hrærið í hálfa bökunartímann.

d)Á meðan granólan er enn heit skaltu setja hana í blöndunarskál og bæta við súkkulaðibitunum og þurrkuðum mórberjum. Hrærið í blöndunni þar til súkkulaðið hefur bráðnað og byrjað að mynda kekki.

e)Látið kólna alveg og geymið í loftþéttu íláti.

12. Ashwagandha hafragrautur

Gerir: 4

Hráefni

- 10 stk Ashwagandha rót
- 1 ½ lítri vatn
- 120 g kjúklingur
- 100 g ilmandi hrísgrjón (þvo og skola)
- 2 stk Þurrkaðir sveppir
- 12 stk Gingko hnetur

MARINAÐA FYRIR Kjúklingakjöt:

- 1 tsk Létt sojasósa
- 1 tsk sesamolía
- ½ tsk maísmjöl

KRYDDING:

- ¼ tsk pipar
- ¼ tsk sykur
- ¼ tsk sesamolía
- 1 tsk Létt sojasósa
- Salt og pipar

SKREYTIÐ

- 1 tommu ferskt engifer

LEIÐBEININGAR

a)Þvoið og hreinsið kjúklinginn. Skerið það síðan í litla bita.

b)Geymið kjúklingabein til hliðar til síðari notkunar.

c)Í stórri skál, bætið Ashwagandha rótum og kjúklingabeinum saman við. Hitið þetta að suðu.

d) Sjóðið þetta seyði við vægan hita í 30-40 mínútur. Síið soðið.

e) Þvoið og saxið ferska sveppi. Ef þú notar þurrkaða sveppi skaltu bleyta þá í vatni í 15 til 20 mínútur. Skerið þær í strimla.

f) Bætið hrísgrjónum, soði, sveppum og ginkgo hnetum saman við í ferskum potti. Geymið þetta á eldavélinni og látið suðuna koma upp.

g) Látið malla blönduna þar til hrísgrjónin eru orðin mjúk. Þú getur haldið samkvæmni eins og þú vilt.

h) Samtímis hálfeldið kjúklingabitana á pönnu sem festist ekki með smá olíu.

i) Bætið kjúklingaflakinu út í hrísgrjónablönduna. Eldið þetta í nokkrar mínútur í viðbót þar til kjúklingurinn er mjúkur.

j) Slökkvið á eldavélinni og stillið kryddið.

k) Skreytið með engiferbitum og berið fram heitt.

13. Kínversk te egg

Gerir: 6 egg

Hráefni

- 6 stór egg
- $\frac{1}{4}$ bolli sojasósa
- 2 bollar vatn
- 2 heilar stjörnuanísar
- 1 Ceylon kanilstöng
- Hýði af $\frac{1}{4}$ af appelsínu
- $\frac{1}{2}$ tsk svart piparkorn
- 1 msk sneið Ashwagandha rót
- 1 msk kókospálmasykur
- 3 matskeiðar svart te lauf

LEIÐBEININGAR

a)Sjóðið eggin í litlum potti í um það bil 5 mínútur. Tæmdu eggin og láttu þau standa í skál með köldu vatni þar til eggin eru nógu köld til að höndla þau.

b)Notaðu bakið á lítilli skeið, bankaðu allt í kringum hvert egg, þar til eggjaskurnin er sprungin í gegn, en samt ósnortinn. Ef litlir bitar af eggjaskurninni losna er það í lagi, en reyndu að hafa eggjaskurnina í einu stykki utan um eggið.

c)Setjið eggin aftur í pottinn. Bætið sojasósunni í pottinn. Bætið bara nóg af vatni til að hylja eggin. Bætið öllu hráefninu út í.

d)Látið suðuna koma upp í vökvanum, lækkið hitann og látið malla undir loki í 30 mínútur.

e)Látið pottinn kólna og setjið hann síðan í kæliskáp í að minnsta kosti 6 klukkustundir, en helst yfir nótt.

14. Açaí hafrar yfir nótt

Gerir: 2 skammta

Hráefni:

- 1 1/4 bollar rúllaðir hafrar
- 1 1/4 bollar möndlumjólk
- 1/3 bolli auk 2 tsk jógúrt
- 1 msk Açaí duft
- 1 matskeið hunang
- 1/4 tsk vanilluþykkni
- klípa af salti

LEIÐBEININGAR:

a) Blandið öllu hráefninu þar til það hefur blandast vel saman.

b) Setjið í ísskáp til að stífna og fáið rjóma í 1-2 tíma eða yfir nótt.

15. Açaí French Toast Bites

Gerir: 4 skammta

Hráefni:

- 2 egg
- $\frac{1}{4}$ bolli kókosrjómi
- 1 tsk Açaí duft
- klípa af salti
- Hálft súrdeigsbrauð
- kókosolía til eldunar
- sykur til að hjúpa
- hlynsíróp til að bera fram

LEIÐBEININGAR:

a) Þeytið saman egg, kókosrjóma, Açaí og salt í skál.

b) Takið skorpuna af brauðinu og skerið í ferninga.

c) Hitið smá kókosolíu á stórri pönnu og vinnið í lotum, hellið brauði í gegnum eggjablönduna, hristið umframmagn af og setjið í pönnu.

d) Snúðu teningum eins og þeir verða gylltir á hvorri hlið.

e) Þegar það er soðið á öllum hliðum, takið af pönnunni og beint í sykurinn og blandið til að hjúpa.

f) Endurtaktu með brauðinu sem eftir er og berið fram með hlynsírópi.

16. Açaí heitt súkkulaði

Gerir: 2 skammta

Hráefni:

- 1 ½ bolli Açaí mauk
- 1 bolli fullfeiti kókosmjólk
- 2 ½ matskeiðar Kakóduft
- 1 tsk vanilluþykkni
- Klípa af salti

LEIÐBEININGAR:

a) Bætið öllu hráefninu í lítinn pott. Þeytið til að blanda saman og látið sjóða við meðalháan hita.

b) Lækkið hitann í miðlungs-lágan og haltu áfram að malla þar til það er orðið heitt.

c) Skiptu jafnt á milli tveggja krúsa og skreyttu með uppáhalds heitu kakóálegginu þínu!

OFURMATTE

17. Goji berja te

Gerir: 4 skammta

HRÁEFNI:

- Heitt vatn
- Handfylli af goji berjum

LEIÐBEININGAR:

a) Sjóðið ketilinn þinn.

b) Bættu þurrkuðu gojiberjunum þínum í margnota tepoka eða tebrattara.

c) Hellið sjóðandi vatninu yfir og leyfið því að malla í að minnsta kosti fimm mínútur.

d) Njóttu!

18. Chrysanthemum Te Með Goji

Gerir: 4

HRÁEFNI:

- 4 bollar af sjóðandi vatni
- 1 matskeið Chrysanthemum blóm
- 1 matskeið goji ber
- 4 rauðar döðlur sem eru í potti
- Hunang

LEIÐBEININGAR:

a) Bætið Chrysanthemum blómum, döðlum og goji berjum í pott.

b) Bætið við 4 bollum af heitu sjóðandi vatni.

c) Látið malla í 10 mínútur.

d) Sigtið og bætið hunangi við.

19. Goji berjum og damiana te

Gerir: 2 skammta

HRÁEFNI:

- 1 msk goji ber, fersk eða þurrkuð
- 1 tsk damiana
- ½ tsk lakkrísrótarduft

LEIÐBEININGAR:

a) Setjið allt hráefnið í tepott og hyljið það með 10 oz af sjóðandi vatni.
b) Látið standa í 10-15 mínútur og berið svo fram.
c) Einnig má láta innrennslið kólna og bera fram sem kaldur drykk.

20. Rósa- og bláberjate

Gerir: 2 skammta

HRÁEFNI:

- 1 msk rósakál, fersk eða þurrkuð
- 1 msk bláber, fersk eða þurrkuð
- 1 tsk appelsínubörkur
- 1 tsk goji ber, fersk eða þurrkuð

LEIÐBEININGAR:

a) Settu öll innihaldsefni í tepott og hyldu það með 10fl aura af sjóðandi vatni.

b) Látið standa í 10-15 mínútur, sigtið og berið fram.

21. Goji Red Date Fruit Tea

Gerir: 6 skammta

HRÁEFNI:

- 25 grömm af rauðum döðlum, holur fjarlægðar
- 20 grömm af þurrkuðu longan
- 20 grömm af goji berjum
- 1,75 L vatn

LEIÐBEININGAR:

a) Opnaðu eitt af forskammtuðu Goji Red Date ávaxtatesettunum.
b) Látið suðu koma upp í 1,75 l af vatni.
c) Skolaðu hráefnin og settu allt í sjóðandi vatnið.
d) Látið hitann niður og látið malla í eina klukkustund.
e) Berið fram og njótið!

22. Goji berja engifer te

Gerir: 3 bollar

HRÁEFNI:

- $\frac{1}{4}$ bolli goji ber
- 3 bollar heitt vatn
- 1 tommu engifer, þunnt sneið
- $\frac{1}{4}$ bolli steinsykur

LEIÐBEININGAR:

a)Þvoið goji berin í köldu vatni nokkrum sinnum. Tæmið vatnið af.

b)Látið suðuna koma upp í 3 bolla af vatni. Slökktu á hitanum og fjarlægðu hann af hellunni.

c)Bætið goji berjum, engifer og steinsykri saman við.

d)Lokið með loki og látið þær malla í 1 klukkustund fyrir hámarks bragð.

e)Taktu lokið af og helltu þeim í bolla með berjunum ef þú vilt og tilbúinn til að njóta

23. Epli, Goji Berry og hunangste

Gerir: 8

HRÁEFNI:

- 1 kíló epli með rauðu roði, afhýtt og kjarnhreinsað
- 2 hunangsdöðlur
- 2 lítra vatn
- 3 matskeiðar goji ber
- steinsykur, eftir smekk
- eplasneiðar til skrauts

LEIÐBEININGAR:

a) Setjið epli, hunangsdöðlur og vatn í pott. Látið suðuna koma upp. Lækkið hitann og látið malla í 1 klst.
b) Hellið af með sigti til að fá eplasafann.
c) Setjið eplasafann aftur í pottinn. Bætið goji berjum út í og látið suðuna koma upp aftur. Lækkið hitann og látið malla í 15 mínútur.
d) Bætið við steinsykri eftir þörfum. Þetta er kannski ekki nauðsynlegt ef eplin eru sérstaklega sæt.
e) Slökktu á hitanum. Flytið yfir á könnu. Berið fram heitt eða kælt. Þú getur bætt nokkrum sneiðum af epli í hvert glas sem skreytið.

OFURMATARSNÁL

24. Açaí berjajógúrt gelta

Gerir: 6 skammta

Hráefni:

- 26 aura grísk jógúrt
- $\frac{1}{4}$ bolli hunang
- $\frac{3}{4}$ bolli beiskt súkkulaði
- $\frac{1}{2}$ bolli pekanhnetur, saxaðar
- 2 jarðarber, skorin í sneiðar
- $\frac{1}{2}$ bolli Açaí ber

LEIÐBEININGAR:

a) Setjið súkkulaðibitana í örbylgjuofnþolna skál og hitið í 30 sekúndna millibili, hrærið á milli þar til það er slétt.

b) Blandið grísku jógúrtinni saman við hunang í stórri blöndunarskál.

c) Klæðið bökunarplötu með smjörpappír eða silpat.

d) Dreifið jógúrtblöndunni jafnt yfir alla bökunarplötuna.

e) Setjið súkkulaðið í litla hauga um allan börkinn. Notaðu tannstöngla til að hringla súkkulaðið.

f) Toppið með berjum yfir allt svo með pekanhnetum.

g) Frystið í 2 klst. Brjótið börkinn í bita og berið fram. Geymið í loftþéttum umbúðum í frysti í allt að 2 mánuði.

25. Súkkulaðibörkur með Goji Berry

Gerir: 20 stykki

HRÁEFNI:

- 12 aura af súkkulaðibitum
- 2,5 matskeiðar sjávarmosaduft
- 1 matskeið hampi fræ
- ½ bolli Hráar hnetur
- 2 matskeiðar Goji ber
- ½ tsk Himalayan sjávarsalt, valfrjálst

LEIÐBEININGAR:

a) Safnaðu hráefninu saman. Hafið hráefnið tilbúið svo auðvelt sé að setja saman súkkulaðibörkinn.

b) Gríptu stóra örbylgjuþolna skál, bættu súkkulaðinu út í og bræddu síðan súkkulaðið með 30 sekúndna millibili í örbylgjuofninum og hrærðu á milli hvers bils.

c) Þegar súkkulaðið hefur bráðnað að fullu, flytjið súkkulaðið yfir á bökunarplötu eða bökunarplötu. Notaðu spaða til að dreifa súkkulaðinu í þunnt, jafnt lag, um það bil ¼" þykkt.

d) Bætið við álegginu.

e) Settu plötuna yfir í ísskáp og leyfðu súkkulaðinu að harðna sem ætti að taka um 30 mínútur.

f) Þegar súkkulaðið hefur stífnað má brjóta það í hæfilega stóra bita.

g) Njóttu súkkulaðsins þíns! Geymið afgang af súkkulaðibörk í loftþéttu íláti í kæli í allt að viku.

26. Goji Berry fitusprengjur

Gerir: 15

HRÁEFNI:

- 1 bolli kókosolía, brætt
- 1 tsk vanilluþykkni
- 1 matskeið stevía
- $\frac{1}{2}$ tsk sjávarsalt
- 4 matskeiðar kakóduft
- $\frac{1}{2}$ bolli möndlusmjör mildað
- 2 matskeiðar smjör, ósaltað, mjúkt
- $\frac{1}{4}$ bolli valhnetur, saxaðar
- $\frac{1}{4}$ bolli fersk goji ber

LEIÐBEININGAR:

a)Blandið kókosolíu og vanilluþykkni saman í matvinnsluvél þar til slétt.

b)Hellið stevíunni og salti út í. Blandið kakóduftinu saman við þar til blandan er orðin slétt og engir kekkir.

c)Blandið í 3 mínútur þegar þú hefur bætt við möndlusmjörinu og hefðbundnu smjörinu.

d)Útbúið pínulítið bollakökupönnu með því að fóðra bollana með vaxpappírsbollaklæðningum. Fylltu bollana tvo þriðju hluta leiðarinnar og fylltu með valhnetum og gojiberjum.

e)Frystið í 30 mínútur eða þar til blandan er orðin solid. Undirbúið réttinn og berið gestum þínum fram.

27. Goji berja prótein kúlur

Gerir: 12

HRÁEFNI:

- 25 dagsetningar
- 1 bolli kasjúhnetur
- 1 bolli af höfrum
- $\frac{1}{2}$ bolli af þurrkuðum goji berjum
- 1 heil sítróna

LEIÐBEININGAR:

a) Fjarlægðu kjarnann og leggðu síðan döðlurnar í bleyti í um það bil 20 mínútur svo þær mýkjast.

b) Á meðan, börkið og safa sítrónuna.

c) Næst skaltu bæta öllu hráefninu þínu, nema goji berjunum, í matvinnsluvél og blanda saman.

d) Þegar blandan er orðin klístruð en samt svolítið þykk, bætið þá gojiberjunum út í.

e) Gefðu öllu öðru hraðblönduðu í matvinnsluvélina og fjarlægðu svo blönduna og rúllaðu henni í hæfilegar kúlur.

f) Til að fá auka bragð skaltu rúlla kúlunum upp úr sítrónubörk, eða til að fá stökka áferð, reyndu að rúlla þeim upp úr þurrkaðri kókos.

28. Goji ber og hvít súkkulaðibörkur

Gerir: 4

HRÁEFNI:

- 12 aura hvítar súkkulaðiflögur
- 3-4 aura Goji ber
- Rautt og hvítt strá

LEIÐBEININGAR:

a) Skerið stykki af smjörpappír í 8x11''. Sett á bakka eða skurðbretti. Raðið helmingnum af goji berjunum jafnt yfir smjörpappír.

b) Settu hvítar súkkulaðibitar í örbylgjuofnþolið mæliglas eða fat. Örbylgjuofn í 45 sekúndna þrepum, hrærið á milli þar til súkkulaðið er bráðið. Að öðrum kosti er hægt að bræða súkkulaði með því að nota tvöfalda ketilaðferðina.

c) Hellið bræddu súkkulaði yfir goji-berin og notið spaða til að dreifa súkkulaðinu í þunnt lag á brúnirnar á bökunarpappírnum. Stráið afgangnum af goji berjum og strá yfir. Settu í kæli til að kólna alveg og settu upp.

d) Skerið í æskilegar stærðir og berið fram.

29. Kókos Goji berjakúlur

Gerir: 15

HRÁEFNI:

- 1 bolli pakkaðar, döðlur í grófhreinsun
- 1 bolli fínt eða meðalstórt ósykrað rifið kókos
- ½ bolli hráar kasjúhnetur
- ½ bolli þurrkuð goji ber
- auka kókos fyrir húðun, valfrjálst

LEIÐBEININGAR:

a) Setjið döðlurnar í skál og hyljið þær með heitu vatni. Látið liggja í bleyti í 15 mínútur og hellið síðan vel af.

b) Bætið kókoshnetunni, goji berjunum og kasjúhnetunum í matvinnsluvél og blandið á hátt í um 30 sekúndur.

c) Bætið döðlunum út í og vinnið í mylsnu deig.

d) Rúllið deigið í 15 kúlur og rúllið þeim upp úr rifnum kókos ef vill. Geymið í ísskáp í allt að 7 daga eða í frysti í allt að 3 mánuði.

30. Goji kókos möndlu þríhyrninga

Gerir: 6

HRÁEFNI:

- 3 bollar hráar möndlur
- ½ bolli Goji ber
- 1 bolli kókosflögur
- 2 matskeiðar Kókosvatnsduft
- ⅓bolli hunang
- 1 tsk vanilluþykkni
- ¼ teskeið salt
- ⅓heitt vatn

LEIÐBEININGAR:

a)Í matvinnsluvél, púlsaðu möndlur þar til þær eru fínar. Blandið restinni af þurrefnunum saman við og pulsið aftur. Hellið í stóra skál og setjið til hliðar.

b)Blandið hunangi, heitu vatni og vanillu saman í aðra skál. Hrærið vel saman og bætið út í þurrefnin. Bætið kanil og salti út í og hrærið vel saman við.

c)Setjið blönduna í stórt eldfast mót og þrýstið jafnt niður í pönnuna með höndunum.

d)Leyfðu stöngunum að kólna í ísskápnum í að minnsta kosti 30 mínútur áður en þær eru skornar í ferninga til að bera fram.

31. Açaí orkuboltinn

Gerir: 6 skammta

Hráefni

- 2 matskeiðar Açaí duft
- 1 bolli slétt cashew smjör
- $\frac{1}{4}$ bolli hlynsíróp eða annað fljótandi sætuefni að eigin vali
- $\frac{1}{2}$ bolli rúllaðir hafrar
- $\frac{1}{4}$ bolli þurrkuð kókos
- $\frac{1}{2}$ bolli próteinduft

LEIÐBEININGAR

a) í skál blandið saman cashew smjöri, höfrum, Açaí dufti, hreinu hlynsírópi, þurrkaðri kókos og próteindufti

b) þegar búið er að blanda saman skaltu hella út hrúgaðri matskeið í einu og þrýsta blöndunni þétt saman í höndunum

c) rúllaðu á milli lófanna til að mynda kúlu og settu síðan á bakka klædda bökunarpappír

d) þegar búið er að rúlla allri blöndunni í kúlur, setjið hana inn í ísskáp í nokkrar klukkustundir

32. Açaí barir

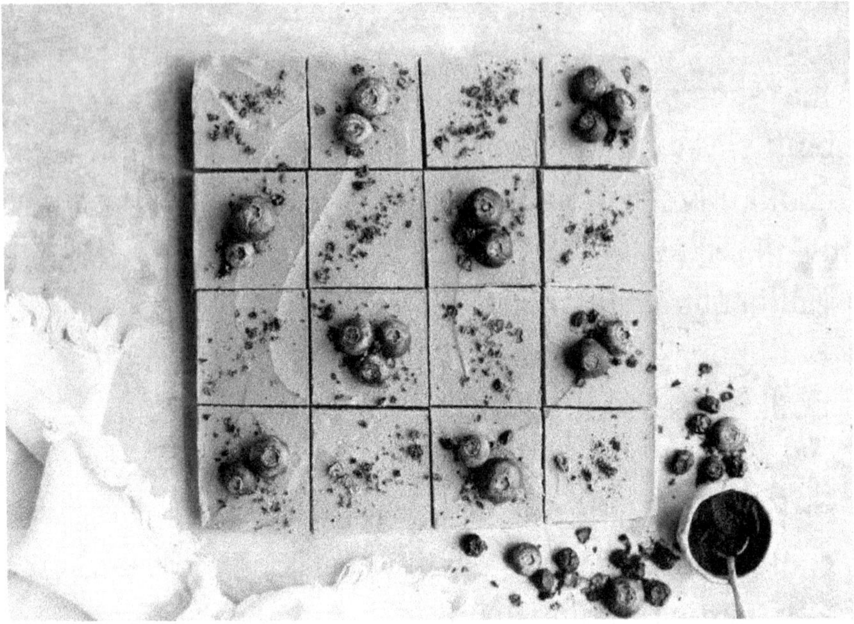

Gerir: 10 bör

Hráefni

- ½ bolli hráar valhnetur
- 1 ½ bolli rúllaðir hafrar
- ¼ tsk sjávarsalt - valfrjálst
- ¾ bolli pakkaðar, grófar mjúkar Medjool döðlur - um það bil 9-10 meðalstórar döðlur
- ¼ bolli hampi fræ
- ¼ bolli Açaí duft
- ¼ bolli hlynsíróp
- 1 tsk vanilluþykkni
- ½ bolli vegan súkkulaðiflögur
- ¼ bolli rifnar ósykraðar kókosflögur
- ¼ bolli goji ber

LEIÐBEININGAR

a) Hitið ofninn í 350 F. Klæðið 8×8 bökunarform með smjörpappír.

b) Bætið valhnetunum í matvinnsluvélina og vinnið þar til þær eru brotnar í mjög litla bita.

c) Bætið höfrunum og valhnetunum úr matvinnsluvélinni á beina ofnplötu.

d) Notaðu hendurnar til að dreifa út og sameina, stráðu síðan sjávarsalti yfir ef þú vilt. Bakið í 10-12 mínútur eða þar til þær eru aðeins brúnar. Færið í skál til að kólna aðeins.

e) Bökunarform þakið höfrum og valhnetum.

f) Á meðan bætið við döðlum, hampfræjum, Açaí dufti, hlynsírópi og vanillu í matvinnsluvélina. Blandið þar til það hefur blandast vel saman.

g) Fjarlægðu blaðið og notaðu spaða til að flytja Açaí-blönduna yfir í meðalstóra skál.

h) Bætið ristuðu hafra/valhnetublöndunni í skálina og blandið saman við Açaí blönduna. Hrærið með skeið þar til það hefur blandast vel saman. Bætið súkkulaðibitunum saman við og hrærið saman.

i) Færið blönduna yfir á 8×8 pönnuna og þrýstið jafnt niður. Notaðu spaða til að þrýsta þétt niður. Stráið svo gojiberjunum jafnt ofan á og þrýstið niður í blönduna, bætið svo kókosflögum saman við og þrýstið þétt niður. Því meira sem þú ýtir því betur halda stangirnar saman.

j) Frystið í 20 mínútur til að harðna. Þegar það er tilbúið skaltu fjarlægja með því að grípa í brúnir bökunarpappírsins og flytja yfir á skurðbretti. Skerið í 10 ferninga með stórum hníf.

k) Geymsluleiðbeiningar: Geymið í kæli í loftþéttum umbúðum í allt að 2 vikur eða í frysti í 2 mánuði. Ef það er frosið skaltu þíða í ísskápnum yfir nótt.

33. Ashwagandha heslihnetutorg

Gerir: 8

HRÁEFNI:

- 4 þurrkaðar döðlur
- 2 þurrkaðar apríkósur
- 2 matskeiðar af hráu hunangi
- 8 heslihnetur
- 8 valhnetuhelmingar
- 8 kasjúhnetur
- 2 matskeiðar rifinn kókos
- 1 matskeið af Ashwagandha dufti
- 1 matskeið vanilluþykkni
- Klípa af Himalayan salti
- 1 tsk sesamfræ til skrauts

LEIÐBEININGAR:

a) Blandið öllu hráefninu saman í matvinnsluvél og blandið þar til slétt.

b) Notaðu spaða og dreifðu blöndunni á bökunarplötu klædda bökunarpappír.

c) Stráið sesamfræjum yfir og setjið í kæli í að minnsta kosti hálftíma.

d) Taktu það úr ísskápnum og skerðu það í fjóra ferninga.

34. Ashwagandha kasjúhnetur

Gerir: 16 bör

HRÁEFNI:

SKORPU

- $\frac{3}{4}$ bolli rifin kókos
- 1 $\frac{3}{4}$ bollar virkjuð sólblómafræ, lögð í bleyti
- ⅓bollafylltar Medjool döðlur
- 1 tsk Ceylon kanill
- $\frac{1}{2}$ tsk sjávarsalt
- 2 matskeiðar kaldpressuð kókosolía

FYLLING

- 2 bollar hráar kasjúhnetur, lagðar í bleyti yfir nótt
- 1 bolli rifinn kókos
- 1 bolli kókos kefir
- ⅓bolli hlynsíróp, eftir smekk
- $\frac{1}{4}$ tsk vanillustöng
- 2 matskeiðar ferskur sítrónusafi
- 1 tsk sítrónubörkur
- 2 matskeiðar af Ashwagandha dufti
- $\frac{1}{2}$ tsk sjávarsalt
- $\frac{1}{2}$ tsk túrmerikduft
- $\frac{1}{4}$ tsk svartur pipar
- $\frac{1}{4}$ bolli kókosolía

LEIÐBEININGAR:

SKORPU

a) Bræðið alla kókosolíuna í potti.

b) Blandið rifnum kókos, sólblómafræjum, Medjool döðlum, kanil og sjávarsalti saman í matvinnsluvél. Púlsaðu blönduna þar til hún myndar fínt mola.

c) Dreypið hægt yfir 2 matskeiðar af heitri kókosolíu. Pússaðu hráefnin aftur.

d) Hellið skorpublöndunni í fóðrað brúnkökuform og þrýstið þétt og jafnt niður til að mynda skorpu.

e) Settu það í frysti.

FYLLING

f) Í matvinnsluvél skaltu sameina kasjúhneturnar, rifna kókoshnetuna, kefir, hlynsíróp, vanillustöng, sítrónusafa, sítrónubörkur, Ashwagandha duft, saltsjó, túrmerik og svartan pipar þar til fínn mola myndast.

g) Hrærið bræddu kókosolíu/smjöri rólega saman við.

h) Skafið gylltu mjólkurfyllinguna yfir skorpuna með spaða og dreifið henni jafnt yfir.

i) Setjið formið inn í ísskáp yfir nótt til að harðna.

j) Takið réttinn úr kæli/frysti þegar hann er tilbúinn til framreiðslu.

k) Settu kubbinn á stórt skurðarbretti og þíðaðu í 10 til 15 mínútur ef þörf krefur.

l) Skerið það í 16 ferninga jafnt.

m) Berið fram strax með kókosflögum ofan á!

35. Hnetusmjör og kókosbollur

Gerir: 12 kúlur

HRÁEFNI:

- 16 únsur. heslihnetusmjör
- $\frac{1}{2}$ bolli þurrkaðir ávextir
- $\frac{1}{2}$ bolli hálfsætar súkkulaðibitar eða kakóhnífar
- $\frac{1}{4}$ bolli chiafræ
- $\frac{1}{4}$ bolli hunang eða agavesíróp
- $\frac{1}{4}$ bolli Ashwagandha duft
- $\frac{1}{2}$ tsk túrmerikduft
- $\frac{1}{2}$ matskeið malaður kanill
- Kókosflögur, nóg til að hjúpa

LEIÐBEININGAR:

a) Blandið öllu hráefninu saman þar til þau líta út eins og þurrkað kökudeig.
b) Skiptið deiginu í litlar kúlur.
c) Húðaðu kúlurnar með kókosflögum.
d) Látið hvíla í 1 klukkustund í kæliskáp til að storkna.

36. Döðlutrufflur

Gerir: 8

HRÁEFNI:

- 10 döðlur, þurrkaðar og grýttar
- 2 tsk ashwagandha duft
- ½ bolli dökkt eða hálfsæt súkkulaðiflögur
- 1 tsk kókosolía, hreinsuð
- Sjávarsalt og sesamfræ til áleggs

LEIÐBEININGAR:

a) Notaðu blandara eða matvinnsluvél, blandaðu döðlunum og ashwagandha saman í mauk. Rúllið í litlar kúlur. Ef það er of klístrað til að mótast, kælið í 10 mínútur. Á meðan hitarðu súkkulaðibita og kókosolíu á lítilli pönnu við meðalhita. Hrærið oft.

b) Dældu döðlukúlunum í súkkulaðið til að hjúpa og bjargaðu með skeið. Setjið á bökunarpappírsklædda ofnplötu og stráið sjávarsalti og sesamfræjum yfir. Kælið eða frystið til að kólna og setjið súkkulaðið.

37. Ashwagandha Trail Mix

Gerir: 4

HRÁEFNI:

- 1 matskeið kókosolía
- 1 tsk kúmenduft
- 1 tsk kardimommuduft
- 1 bolli gullnar rúsínur
- 1 bolli graskersfræ
- 1 matskeið sesamfræ
- 1 tsk ashwagandha duft

LEIÐBEININGAR:

a)Hitið kókosolíu á lítilli pönnu yfir meðalháum hita. Eftir að olían er fljótandi skaltu bæta við kúmeni og kardimommum. Hitið olíu og krydd í 1 mínútu eða þar til þau verða arómatísk.

b)Bætið rúsínum, graskersfræjum og sesamfræjum út á pönnuna og hrærið þannig að það hjúpist jafnt með olíu og kryddjurtum.

c)Hrærið af og til í 3-5 mínútur eða þar til fræin eru farin að brúnast, takið þá af hitanum og hrærið ashwagandha út í. Færið yfir á smjörpappír og dreifið jafnt út til að kólna.

d)Borðaðu á meðan það er enn heitt fyrir auka jarðtengingaráhrif.

38. No-Bake orkuboltar

Gerir: 4

HRÁEFNI:

FYRIR ORKUBÖLUNA:

- $\frac{3}{4}$ bolli valhnetur í bleyti og þurrkaðar
- $\frac{3}{4}$ bolli möndlur liggja í bleyti og þurrkaðar
- 8 döðlur grafnar
- $\frac{1}{8}$ bolli chiafræ
- 1-$\frac{1}{2}$ msk kókosolía
- $\frac{1}{4}$ bolli kakóduft
- 1-$\frac{1}{2}$ matskeiðar hrátt hunang
- 1 tsk malaður kanill
- 1 tsk vanilluþykkni
- 2 matskeiðar maca duft
- 2 tsk ashwagandha duft
- 2 matskeiðar kakónibs valfrjálst

FYRIR AÐ RULTA ORKUKULUNUM Í:

- berjaduft er búið til með því að mala frostþurrkuð ber
- ósykrað rifið kókos
- kakóduft

LEIÐBEININGAR:

a)Leggið döðlur í bleyti í volgu vatni í um það bil 10 mínútur til að mýkja þær.

b)Á meðan döðlur liggja í bleyti, malið möndlur og valhnetur í matvinnsluvél.

c)Sigtið vatn úr döðlunum og bætið þeim í matvinnsluvélina. Púlsaðu þar til „deiglíkt" samkvæmni myndast. Bætið restinni af hráefnunum saman við og pulsið þar til það hefur blandast vel saman.

d)Myndaðu kúlur. Rúllaðu upp úr berjadufti, rifnum kókoshnetu eða kakódufti ef vill. Geymið í lokuðu íláti í ísskáp í allt að 4 daga.

39. Ashwagandha heilsuboltar

Gerir: 4

HRÁEFNI:

- ½ bolli pálmajagg
- ¼ bolli lífrænt Ashwagandha duft
- 3 matskeiðar ghee
- 1 tsk kardimommuduft
- 1 tsk kanillduft
- 1 msk hveiti

LEIÐBEININGAR:

a) Hitið þykkbotna pönnu á vægum til meðalhita og bætið við pálma-jaggi og litlu vatni. Haltu áfram að hræra í þessu þar til jaggery bráðnar alveg og myndar streng eins og samkvæmni.

b) Bætið nú Ashwagandha dufti við. Gefðu því góða blöndu þannig að það sameinast vel við jaggery.

c) Á sama hátt, bætið við ghee og blandið því aftur vel saman. Lækkið einnig logann og bætið við kardimommudufti og hveiti. Aftur, blandaðu því vel saman og slökktu á hitanum.

d) Kældu þessa tilbúnu blöndu í 5 mínútur. Þegar það er aðeins heitt, mótaðu það í kúlur. Passið að kúlurnar séu ekki of litlar og ekki of stórar. Um það bil ein eyri hver. Berið fram eða geymið í loftþéttu íláti eða glerkrukku.

40. Kakó Ashwagandha möndlur

Gerir: 3 bollar

Hráefni

- 3 bollar hráar möndlur
- 2 matskeiðar Extra Virgin ólífuolía
- $\frac{1}{4}$ bolli hreint hlynsíróp
- 1 tsk sjávarsalt

HÚÐUN

- $\frac{1}{4}$ bolli kókossykur
- $\frac{1}{4}$ bolli hrátt kakóduft - skipt
- 2 tsk Ashwagandha duft

LEIÐBEININGAR

HÚÐUN

a) Hrærið sykurinn, 2 matskeiðar af kakói og ashwagandha saman í matvinnsluvél.

b) Setjið til hliðar ásamt lítilli skál með hinum 2 matskeiðum af kakódufti.

Möndlur

c) Hitið ofninn í 350 gráður.

d) Dreifið möndlum í einu lagi á bökunarpappírsklædda ofnplötu og bakið í 10 mínútur.

e) Blandið saman olíu, hlynsírópi og salti í meðalstórri skál.

f) Þegar möndlurnar hafa bakast í tíu mínútur, bætið við skálina af vökvanum og hrærið þar til þær eru orðnar vel húðaðar. Dreifið möndlum jafnt á bökunarplötuna.

g) Setjið aftur inn í ofninn í 4 mínútur í viðbót, hrærið og setjið svo aftur í 4 mínútur.

h) Hellið möndlunum ásamt karamellusýrópi sem eftir er í skálina.

i) Hrærið kakóblöndunni vel saman við.

j) Dreifið möndlunum jafnt yfir bökunarplötuna með nýrri bökunarpappír. Látið kólna.

k) Með lítilli fínmöskju handheldri síu eða möskva tesíu skaltu dusta möndlurnar með fráteknu kakódufti eða hrista þær í krukku.

41. Kakópróteinbitar

Gerir: 4

Hráefni:

- 1 bolli venjulegir gamaldags hafrar
- ½ bolli vanillu eða venjulegt próteinduft
- ½ bolli rjómalagt hnetusmjör
- 3 matskeiðar hunang
- ¼ bolli saxaðar saltaðar möndlur
- ¼ bolli kakónibs
- 1 tsk vanilluþykkni
- 1 tsk ashwagandha duft

LEIÐBEININGAR:

a) Blandið öllu hráefninu saman í miðlungs hrærivélaskál.

b) Rúllaðu í kúlur; kælið til að stífna.

c) Geymið við stofuhita eða í kæli í allt að 1 viku.

42. Piparmyntu súkkulaðibörkur

Gerir: 4

Hráefni:

- $1 \frac{1}{2}$ bolli kakó
- 1 tsk Ashwagandha rót
- 1 bolli kókosolía
- 1 tsk vanillu
- $\frac{1}{2}$ tsk kanill
- $\frac{1}{4}$ tsk múskat
- 2 matskeiðar hlynsíróp
- 3 piparmyntustangir maukaðir

LEIÐBEININGAR:

a) Klæðið bökunarplötu með bökunarpappír og setjið til hliðar

b) Byrjaðu að bræða kókosolíuna í meðalstórum potti við lágan hita. Næst skaltu sameina öll viðbótarhráefnin og þeyta varlega saman þar til slétt er (um það bil 1 mín.)

c) Slökktu á hitanum og færðu yfir á bökunarpappírsklædda ofnplötu með því að nota spaða

d) Stráið mulinni piparmyntu varlega yfir súkkulaðið

e) Sett í ísskáp í 3 tíma eða yfir nótt

f) Brjótið börkinn í æskilegar stærðir. Geymið í mason krukkur eða berið fram strax

43. Açaí Maqui Berry Bars

Gerir: 16 bör

Hráefni

FYRIR SKORPAN

- ¾ bolli ósykrað kókoshneta
- ¼ bolli möndlumjöl
- 4 holóttar Medjool döðlur
- 2 matskeiðar kókosolía
- ¼ teskeið kosher salt

FYRIR ostakökuna

- 2 bollar hráar kasjúhnetur, lagðar í bleyti
- ½ bolli niðursoðin fullfeiti kókosmjólk
- ¼ bolli kókosolía, brædd og kæld
- ⅓bolli hreint hlynsíróp
- ¼ bolli ferskur sítrónusafi
- ¼ bolli Açaí Maqui Berry Mix
- Bláber til að skreyta

LEIÐBEININGAR

a) Klæðið 8×8 tommu pönnu með smjörpappír og smyrjið með kókosolíu. Setja til hliðar.

b)Bætið kókos, möndlumjöli, döðlum, kókosolíu og salti í matvinnsluvél eða öflugan blandara og blandið þar til það kemur saman í eins konar klístrað deig, með litlum bitum eftir. Ekki ofvinna, því annars breytist það í hnetusmjör! Þrýstið döðludeiginu jafnt eftir botninum á tilbúnu forminu.

c)Í sömu matvinnsluvél eða öflugum blandara skaltu sameina öll fyllingarefnin og blanda í 2-3 mínútur, eða þar til blandan er silkimjúk og rjómalöguð. Skafið niður hliðarnar eftir þörfum.

d)Þegar það er slétt skaltu smakka blönduna og stilla sætleika/sýrleika, ef þess er óskað.

e)Hellið fyllingunni í tilbúna pönnuna yfir skorpuna. Sléttu úr toppnum og bankaðu pönnunni fast við borðið nokkrum sinnum til að losa loftbólur.

f)Setjið á sléttan flöt í frysti til að stífna í að minnsta kosti 3 klukkustundir áður en skorið er. Ég mæli með því að keyra hnífinn þinn undir heitu vatni til að hita hann upp áður en þú skorar stangirnar með enn heitum hnífnum. Látið þær þiðna við stofuhita í 10-15 mínútur áður en þær eru bornar fram.

g)Geymið afganga þétt pakkað inn í frysti.

44. Súkkulaði AÇAÍ Trufflubitar

Gerir: 6 skammta

Hráefni

- $\frac{1}{2}$ Açaí mauk
- $\frac{1}{4}$ bolli kókosolía, brætt
- $\frac{1}{2}$ bolli Medjool döðlugryfjur fjarlægðar
- $\frac{1}{4}$ bolli hampi fræ
- 2 matskeiðar Kakóduft
- 2 matskeiðar hunang
- Klípa af súkkulaðisósu til að rúlla

ÁFLYTTIR:

- Býflugufrjókorn
- Kókosflögur
- Kakó Nibs
- Cayenne duft

LEIÐBEININGAR:

a) Blandið saman açaí, kókosolíu, döðlum, kókosflögum, hampfræjum, kakódufti, hunangi og salti í matvinnsluvél.

b) Setjið blönduna í skál, lokið á og kælið í að minnsta kosti klukkutíma. Þegar blandan þín hefur harðnað skaltu ausa út teskeiðar stórar kúlur. Rúllaðu hverri kúlu upp úr súkkulaðisósu. Gakktu úr skugga um að þau séu alveg þakin og settu þau síðan til hliðar til að harðna.

c) Áður en súkkulaðið harðnar alveg skaltu strá álegginu yfir það.

45. Açaí-súkkulaðihúðaðir bananar

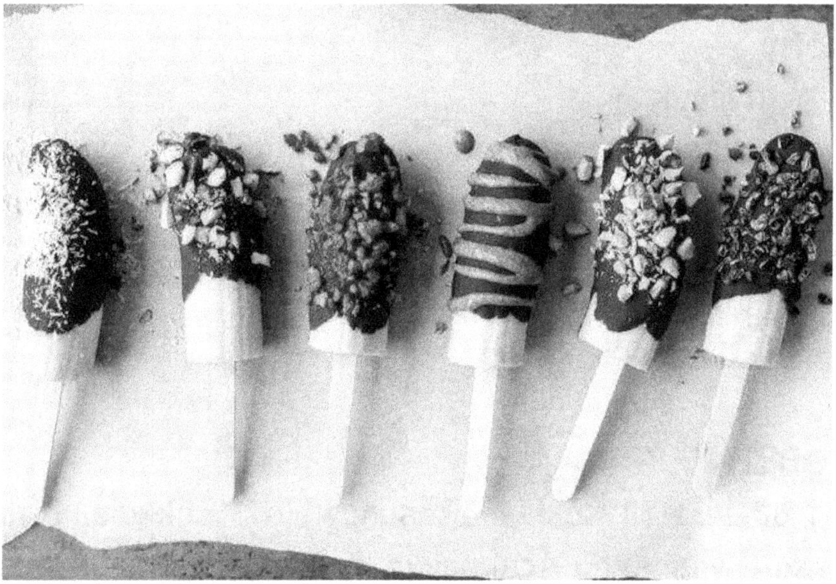

Gerir: 6 skammta

Hráefni

- $\frac{1}{2}$ Açaí mauk
- Frosnir bananar, afhýddir og frosnir
- 1 bar Vegan dökkt súkkulaði
- Sjó salt
- Vanilludropar
- Kókosolía

LEIÐBEININGAR:

a)Til að búa til súkkulaðisósuna: Hitið súkkulaðibita, olíu, salt, vanillu og Açaí pakka með tvöföldum katli. Þú gætir þurft að bæta við smá olíu en haltu áfram að hræra stöðugt svo ekkert brenni.

b)Til að búa til bananana: Klæðið bökunarplötu með bökunarpappír og takið frosna banana úr frystinum. Þú getur annað hvort rúllað þeim upp úr súkkulaði eða smurt volgri súkkulaðisósunni á þau með hníf. Þegar þeim hefur verið dýft í súkkulaði, bætið álegginu við og setjið það síðan aftur í frysti til að harðna. Látið frysta í að minnsta kosti klukkutíma.

46. Butternut Crostini með Açaí dreypi

Gerir: um 16 crostini

Hráefni:

- 1 meðalstór hnetuskerling, afhýdd, fræhreinsuð og skorin í $\frac{1}{2}$ tommu teninga
- 2 matskeiðar extra virgin ólífuolía, auk meira til að drekka
- ⅓bolli ristaðar heslihnetur, gróft saxaðar
- $\frac{1}{2}$ Açaí mauk
- 2 matskeiðar balsamik edik
- 1 baguette, sneið í 1 tommu þykka hringi
- Saxaður ferskur graslaukur, til skrauts

LEIÐBEININGAR:

a) Forhitaðu ofninn í 400 gráður F.

b) Hrærið butternut squash með 2 msk ólífuolíu og kryddið með salti og svörtum pipar. Dreifið jafnt á stóra bökunarplötu og steikið í 20 mínútur, hrærið hálfa leið, þar til leiðsögnin er mjúk og létt karamelluð.

c) Á meðan skaltu sameina Açaí, balsamik og smá salt í litlum potti. Látið suðuna koma upp og eldið þar til það er mjög þykkt, um 20 mínútur.

d) Þegar leiðsögnin er tilbúin er baguette-ið létt yfir ólífuolíu og ristað brauð í heitum ofninum. Þegar það er tilbúið skaltu toppa hverja brauðhring með skeið af butternut squash, strá yfir heslihnetum og drekka yfir Açaí-balsamik sósu. Skreytið með graslauk og berið fram.

OFURMATARSKÁLUR

47. Açaí skál með hvítkálsmíkrógrænum

. . 2 Açaí skálar

HRÁEFNI:

- ½ bolli af hvítkáli örgrænu
- 1 frosinn banani
- 1 bolli frosin rauð ber
- 4 matskeiðar af Açaí dufti
- ¾ bolli möndlu- eða kókosmjólk
- ½ bolli grísk jógúrt
- ¼ teskeið af möndluþykkni

SKREYTA:

- Ristar kókosflögur
- Ferskir ávextir eins og ferskjusneiðar, bláber, hindber, brómber, jarðarber eða kirsuber.
- Granola eða ristaðar hnetur/fræ
- Dreypa af hunangi

LEIÐBEININGAR:

a) Blandið mjólkinni og jógúrtinni saman í stórum hraðblöndunartæki. Bætið við frosnum ávöxtum Açaí, káli og möndluþykkni. Haltu áfram að blanda á lágu þar til slétt, bætið aðeins við viðbótarvökva ef þarf. Það ætti að vera þykkt og rjómakennt, eins og ís!

b) Skiptið smoothie í tvær skálar og toppið það með öllu uppáhalds álegginu þínu.

48. Açaí skál með brasilískum hnetum

Gerir: 1 skammt

Hráefni:

- ½ bolli Brasilíuhnetur
- 2 apríkósur, lagðar í bleyti
- 1½ bolli vatn
- 1 msk Açaí duft
- ¼ bolli brómber, frosin
- 1 klípa salt

LEIÐBEININGAR:

a) Blandið brasilhnetum saman við vatn og sigtið í gegnum vírsíu.

b) Blandið saman við öll önnur hráefni.

49. Kókos kínóa morgunverðarskálar

Gerir: 4

HRÁEFNI:

- 1 matskeið kókosolía
- $1\frac{1}{2}$ bolli rautt eða svart kínóa, skolað
- 14 aura dós af ósykri léttri kókosmjólk, auk meira til að bera fram
- 4 bollar vatn
- Fínt sjávarsalt
- matskeiðar hunang, agave eða hlynsíróp
- 2 tsk vanilluþykkni
- Kókosjógúrt
- Bláberjum
- Goji ber
- Ristað graskersfræ
- Ristar ósykraðar kókosflögur

LEIÐBEININGAR:

a) Hitið olíuna í potti yfir meðalhita. Bætið kínóa og ristuðu í um það bil 2 mínútur, hrærið oft. Hrærið hægt saman við dósina af kókosmjólk, vatninu og klípu af salti. Kínóaið mun kúla og spretta í fyrstu en mun fljótt setjast.

b) Látið suðuna koma upp, setjið lok á, lækkið hitann í lágan og látið malla þar til það er orðið mjúkt, rjómakennt, um það bil 20 mínútur. Takið af hellunni og hrærið hunangi, agave, hlynsírópi og vanillu saman við.

c) Til að bera fram, skiptið quinoa á milli skálar. Toppið með auka kókosmjólk, kókosjógúrt, bláberjum, goji berjum, graskersfræjum og kókosflögum.

50. Squash Goji skálar

Gerir: 4

HRÁEFNI:

- 2 meðalstórir acorn leiðsögn
- 4 tsk kókosolía
- 1 msk hlynsíróp eða púðursykur
- 1 tsk garam masala
- Fínt sjávarsalt
- 2 bollar hrein grísk jógúrt
- Granóla
- Goji ber
- Granatepli arils
- Saxaðar pekanhnetur
- Ristað graskersfræ
- Hnetusmjör
- Hampfræ

LEIÐBEININGAR:

a) Forhitið ofninn í 375°F.

b) Skerið squashið í tvennt frá stilknum að botni. Skolið út og fargið fræjunum. Penslið hold hvers helmings með olíu og hlynsírópi og stráið síðan garam masala yfir og örlítið af sjávarsalti. Setjið squashið á bökunarplötu með skurðhliðinni niður. Bakið þar til það er mjúkt, 35 til 40 mínútur.

c) Snúið squashinu við og kælið aðeins.

d) Til að bera fram, fyllið hverja leiðsögn helming með jógúrt og granóla. Toppið með gojiberjum, granateplum, pekanhnetum og graskersfræjum, dreypið hnetusmjöri yfir og stráið hampfræjum yfir.

51. Ofurfæða jógúrtskálin

Gerir: 4

HRÁEFNI:

- 1 bolli grísk jógúrt
- 1 tsk Kakóduft
- ½ tsk vanilla
- Granatepli fræ
- Hampfræ
- Chia fræ
- Goji ber
- Bláberjum

LEIÐBEININGAR:

a) Blandið öllu hráefninu saman í skál.

52. Açaí skál með banana og kókoshnetu

Gerir: 2 Açaí skálar

Hráefni

- $\frac{3}{4}$ bolli eplasafi
- $\frac{1}{2}$ bolli Kókosjógúrt
- 1 banani
- 2 bollar frosin blönduð ber
- 150 g frosið Açaí mauk

ÁFLYTTIR:

- Jarðarber
- Banani
- Granóla
- Kókosflögur
- Hnetusmjör

LEIÐBEININGAR:

a) Bætið eplasafanum og kókosjógúrtinni í blandarann þinn.

b) Bætið restinni af hráefnunum saman við og festið lokið. Veldu breytu 1 og hækkaðu hægt í breytu 10. Notaðu tamperinn til að þrýsta hráefnunum inn í blöðin og blandaðu í 55 sekúndur eða þar til slétt og rjómakennt.

53. Açaí Cherry Smoothie Bowl

Gerir: 2 Açaí skálar

Hráefni

- 4 matskeiðar kókosjógúrt
- $\frac{1}{2}$ bolli frosið Açaí sem má ausa
- 2 bananar, ferskir eða frosnir
- $\frac{1}{2}$ bolli frosin kirsuber
- 1 cm stykki af ferskum engifer

ÁFLYTTIR:

- Cashew smjör
- Kókosjógúrt
- Fíkja, sneidd
- Dökkir súkkulaðibitar
- Bláberjum
- Kirsuber

LEIÐBEININGAR:

a)Bætið fyrst kókosjógúrtinni áður en restinni af innihaldsefnunum er bætt í blandaraílátið og festið lokið.

b)Blandið á hátt í 55 sekúndur þar til það er kremkennt. Skelltu í uppáhalds kókosskálina þína, leggðu yfir áleggina og njóttu!

54. Açaí skál með sjávarmosa

Gerir: 4 skammta

HRÁEFNI:

- Sjávarmosi
- Açaí berjamauk
- $\frac{1}{2}$ bolli granóla
- 2 matskeiðar af maca dufti
- 2 matskeiðar af kakódufti
- 1 matskeið af möndlusmjöri
- Ávextir að eigin vali
- Kanill

LEIÐBEININGAR:

a) Blandið hráefninu saman og bætið nokkrum ferskum ávöxtum ofan á.

b) Njóttu.

55. AÇAÍ Mango Macadamia skál

Gerir: 2 skammta

HRÁEFNI:

- ½ Açaí mauk
- 1 frosinn banani
- ½ bolli frosið mangó
- ¼ bolli makadamíuhnetumjólk
- Handfylli af kasjúhnetum
- 2 myntugreinar
- Álegg: Mangó í sneiðar, bananar í sneiðar, ristaðar kókoshnetusneiðar

LEIÐBEININGAR:

a) Blandið öllu hráefninu saman, toppið og njótið mangó macadamia Açaí skálarinnar!

56. Græn AÇAÍ skál með ávöxtum og berjum

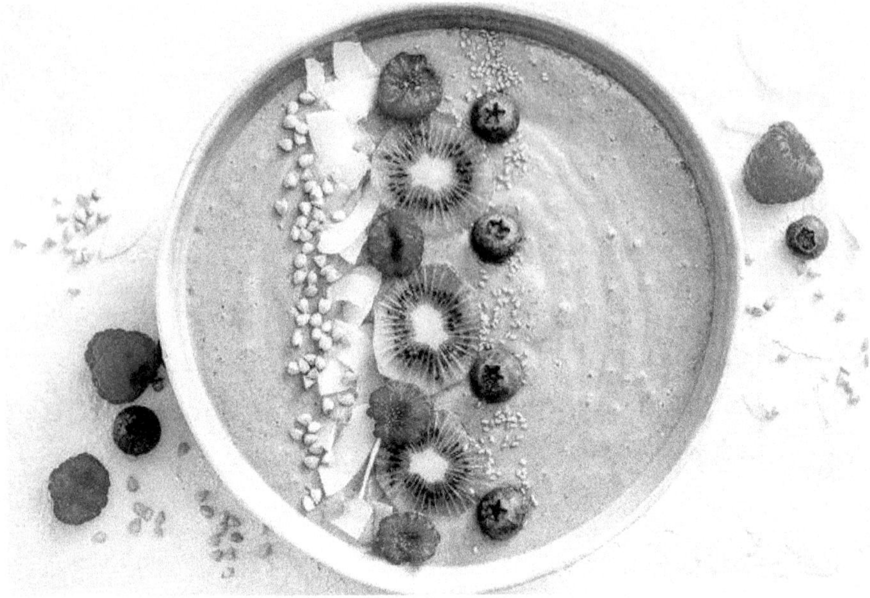

Gerir: 2 skammta

HRÁEFNI:

- ½ Açaí mauk
- ⅛ Bolli súkkulaðihampimjólk
- ½ banani
- 2 matskeiðar hampi próteinduft
- 1 tsk Maca
- Álegg: Ferskir árstíðabundnir ávextir, hampi fræ, ferskur banani, gullber. Hvít mórber, Goji ber, Kiwi

LEIÐBEININGAR:

a) Setjið allt í blandarann, blandið þar til það er orðið mjög þykkt - bætið við meiri vökva ef þarf - hellið svo í skál.

b) Toppaðu með ávöxtum og öllu öðru sem þér líkar við!

57. Vitamin Boost AÇAÍ skál

Gerir: 2 skammta

HRÁEFNI:

- ½ Açaí mauk
- 1 bolli bláber
- ½ Þroskað avókadó
- 1 bolli kókosvatn eða mjólkurlaus
- ½ bolli mjólkurlaus jógúrt
- 1 msk hnetusmjör
- 1 matskeið Kókosolía

LEIÐBEININGAR:

a) Setjið allt í blandara og njótið.

b) Ef þú vilt gera það að skál: bæta við meira Açaí mauki og frosnum banana.

c) Blandið þar til þykkt, hellið í skál og toppið með uppáhalds ferskum ávöxtunum þínum.

OFURMATARSALÖT

58. Ávaxtasalat með Açaí Berry-Quark

Gerir: 2 skammta

Hráefni:

- 1 epli
- 1 banani
- 4 Kiwi
- 200 grömm af ferskum berjum
- 200 grömm af frælausum vínberjum
- 100 grömm kvarkur
- 1 matskeið hunang
- 1 msk Açaí berjaduft

LEIÐBEININGAR:

a) Skolið, fjórðu, kjarnhreinsið og skerið epli í bita. Afhýðið og skerið bananann í sneiðar. Afhýðið og fjórðu kiwi eftir endilöngu. Skerið kíví í bita. Skolaðu berin og þurrkaðu þau. Skolið vínber og helmingið ef þær eru stórar. Blandið ávöxtum saman og skiptið á milli skála.
b) Hrærið kvarki með hunangi og Açaí berjadufti þar til það er slétt. Toppið hvert ávaxtasalat með ögn af bragðbættum kvarki og skreytið með sesamstökkum, ef vill.

59. Mangó og avókadó salat með Açai Berry Vinaigrette

Gerir: 4 skammta

Hráefni:

- ½ bolli Açaí blandaður berjasafi
- ¼ bolli ólífuolía
- ¼ bolli balsamik edik
- 2 matskeiðar Vatn
- 1 msk sinnep að hætti Dijon
- 1 hvítlauksgeiri, saxaður
- ⅛ teskeið malaður svartur pipar
- 6 bollar saxað romaine salat
- 1 meðalstórt mangó, skrælt, gróft og skorið í sneiðar
- ½ meðalstórt avókadó, fræhreinsað, gróft og skorið í sneiðar

LEIÐBEININGAR:

a)Þeytið safa, olíu, edik, vatn, sinnep, hvítlauk og svartan pipar í meðalstórri skál með þeytara eða gaffli.

b)Skiptið salatinu í 4 salatskálar. Toppið með mangó- og avókadósneiðunum.

c)Setjið 2 matskeiðar af vínaigrettunni yfir hvert salat. Berið fram strax.

60. Grænt salat með Açaí berjadressingu

Gerir: 3-4 skammta

Hráefni:

AÇAÍ BERJAKLÆÐI

- 100 gramma pakki af ósykruðu Açaí, við stofuhita
- $\frac{1}{4}$ bolli kókosolía
- $\frac{1}{4}$ bolli eplaedik
- 2 matskeiðar hunang
- 1 matskeið chia fræ
- 1 tsk sjávarsalt

SALAT

- 2 bollar grænkál í þunnum sneiðum
- 2 bollar napa hvítkál í þunnum sneiðum
- 1 bolli þunnt sneiðar túnfífill
- 1 bolli þunnt sneið rauðkál
- $\frac{1}{2}$ bolli þunnt sneið basilíka
- $\frac{1}{2}$ bolli rifnar rófur
- $\frac{1}{2}$ bolli rifnar gulrætur
- $\frac{1}{2}$ bolli ristað graskersfræ
- Sólblómaspíra

LEIÐBEININGAR:

a) Til að búa til Açaí berjadressinguna: Blandið öllu hráefninu í matvinnsluvél eða blandara þar til það er slétt.

b) Setjið grænkál í stóra skál. Dreypið nokkrum matskeiðum á grænkálið og nuddið til hjúpsins. Bætið öllu öðru grænmeti í skálina og dreypið aukadressingu yfir eins og þið viljið. Stráið graskersfræjum og spírum yfir og blandið saman. Njóttu næringar!

61. Sumarsalat með Açaí Vinaigrette

Gerir: 2 skammta

Hráefni:

SALAT:

- Blandað grænmeti að eigin vali

ÁFLYTTIR:

- Fersk ber
- Niðurskornar möndlur eða valhnetur
- Rauðlaukur í sneiðar, gúrkur
- Feta ostur

KLÆÐINGAR:

- ⅔bolli ólífuolía
- $\frac{1}{4}$ bolli eplaedik
- 2 matskeiðar Sari Foods lífrænt Açaí duft
- 2 matskeiðar agave nektar, eða hlynsíróp
- $\frac{1}{2}$ tsk sjávarsalt
- $\frac{1}{2}$ tsk malaður svartur pipar
- $\frac{1}{4}$ tsk malaður kanill1 tsk Dijon sinnep

LEIÐBEININGAR:

a)Blandið öllu hráefninu í dressinguna í blandara og blandið á hátt til að fleyta. Að öðrum kosti, þeytið kröftuglega í höndunum í meðalstórri skál. Blandaðu salatinu þínu og áleggi saman í stóra skál, blandaðu með dressingu og njóttu!

b)Dressingin geymist í nokkrar vikur, þakin og í kæli.

62. Regnboga Chard með Goji berjum og pistasíuhnetum

Gerir: 4 skammta

HRÁEFNI:

- 2 matskeiðar ólífuolía
- 1 lítill rauðlaukur, saxaður
- 2 hvítlauksrif, söxuð
- 1 búnt af regnbogakoli, smátt saxað
- Salt og nýmalaður svartur pipar
- 1/3 bolli goji ber
- 1/3 bolli ósaltaðar pistasíuhnetur

LEIÐBEININGAR:

a) Hitið olíuna yfir miðlungshita í stórri pönnu. Bætið lauknum út í, setjið lok á og eldið þar til hann er mjúkur, um það bil 5 mínútur. Bætið hvítlauknum út í og eldið, hrærið, til að mýkjast í 30 sekúndur.

b) Bætið kartöflunni út í og eldið, hrærið þar til það er visnað, 3 til 4 mínútur. Kryddið með salti og pipar eftir smekk og eldið, án loks, hrærið af og til, þar til það er mjúkt, um það bil 5 til 7 mínútur.

c) Bætið goji berjunum og pistasíuhnetunum saman við og blandið saman. Berið fram strax.

63. Goji avókadó valhnetu sítrus salat

Gerir: 4 skammta

HRÁEFNI:

- 4 bollar salatgrænu
- 1 avókadó, skorið í sneiðar
- 1 appelsína, afhýdd, skorin í sneiðar
- $\frac{1}{2}$ bolli valhnetur
- $\frac{1}{2}$ bolli fersk eða þurrkuð goji ber

KLÆÐINGAR

- 1 matskeið extra virgin ólífuolía
- $\frac{1}{2}$ sítróna, safi
- $\frac{1}{4}$ tsk sjávarsalt
- $\frac{1}{4}$ tsk nýsprungin piparkorn

LEIÐBEININGAR:

a) Hrærið saman, dreypið dressingunni yfir og berið fram!

64. Goji með Aloe Vera dressingu

Gerir: 4 skammta

HRÁEFNI:

- $\frac{1}{4}$ bolli Aloe Vera safi
- Safi úr 1 lime
- $\frac{1}{2}$ bolli Goji ber
- 2 matskeiðar Frystþurrkaðir granatepli Arils
- Vínber, epli, bláber, jarðarber eða ferskir ávextir að eigin vali

LEIÐBEININGAR:

a) Skerið alla ávexti í bita og setjið í skál.

b) Bætið öllu öðru hráefni út í, hrærið varlega og berið fram!

65. Haustsalat með Goji berjum

Gerir: 4-6

Hráefni

FYRIR SALATIÐ:

- 1 5oz pakki af Baby Spínati
- 5 oz fetaostur molnar
- ¾ bolli Pecan helmingar
- 1 Granny Smith grænt epli skorið í sneiðar og kjarnhreinsað
- 2 oz pakki af Goji berjum

FYRIR KLÆÐINU:

- ¼ bolli EVOO
- ¼ bolli eplaedik
- ¼ bolli hunang
- ¼ tsk sjávarsalt
- ¼ tsk pipar

LEIÐBEININGAR

a) Bætið spínati í stóra salatskál og setjið feta-, pekan-, epla- og gojiber yfir ofan á.

b) Bætið EVOO, eplaediki, hunangi, salti og pipar í litla glerkrukku.

c) Setjið lok á krukkuna og hristið kröftuglega þar til það er blandað saman.

d) Hellið dressingu yfir salatið.

e) Njóttu!

66. Lax, aspas og goji berjasalat

Gerir: 4 skammta

Hráefni

- ¾ bolli sprungið hveiti
- 2 roðlaus laxaflök
- 2 knippi af aspas, snyrt
- ¼ bolli fersk myntulauf
- 1 msk saxaður ferskur graslaukur
- 2 matskeiðar goji ber
- 2 tsk fínt rifinn sítrónubörkur
- 1 matskeið sítrónusafi
- 2 tsk extra virgin ólífuolía
- 60 g unga rakettublöð

LEIÐBEININGAR

a) Settu sprungna hveitið í stóra hitaþolna skál. Hellið yfir nóg af sjóðandi vatni til að það hylji. Setjið til hliðar til að liggja í bleyti í 20 mínútur. Tæmdu og kreistu út umfram raka, þrýstu með bakinu á skeið. Flyttu yfir í stóra skál.

b) Forhitið hleðslugrill á hátt. Spreyið laxinn og aspasinn létt með ólífuolíu.

c) Grillið laxinn í 2-3 mínútur á hvorri hlið í meðallagi eða þar til hann er eldaður að vild.

d) Grillið aspasinn í 1-2 mínútur á hvorri hlið eða þar til hann er rétt mjúkur.

e) Flyttu yfir á disk. Setjið til hliðar til að kólna aðeins.

f) Flögu laxinn í stóra bita. Skerið aspasinn í 5 cm bita.

g) Bætið aspas, myntu, graslauk, goji berjum, sítrónubörk, sítrónusafa, olíu og rakettu út í skálina með hveitinu.

h) Kryddið og hrærið varlega til að blanda saman. Skiptið á diska og toppið með laxinum.

67. Nautasalat með súrsuðum Goji berjum

Gerir: 4

HRÁEFNI:

- 2 rib-eye steikur
- Cashew dressing

FYRIR MARINADE:

- Börkur af 2 lime
- 3 matskeiðar lime safi
- 2 hvítlauksgeirar, saxaðir
- 1 msk nýrifinn engifer
- 1 matskeið hunang
- 2 tsk fiskisósa
- 1 matskeið ristað sesamolía
- 2 matskeiðar jurtaolía

FYRIR súrsuðu GOJI BÆRIN:

- 3 matskeiðar eplaedik, heitt
- 2 tsk hunang
- ½ tsk fínt salt
- ⅓bolli Goji ber

FYRIR SALATIÐ:

- 4 smágúrkur, þunnar sneiðar
- 1 lítið fjólublátt hvítkál, rifið niður
- 1 lítið grænt hvítkál, rifið niður
- 2 gulrætur, skrældar og þunnt rakaðar
- 4 laukar, fínt skornir
- 1 rautt chili, fræ skafið og fínt skorið
- ½ bolli af hverju, fersk mynta, kóríander og basil
- 2 matskeiðar ristað sesamfræ, til að klára
- ¼ tsk þurrkaðar rauðar chiliflögur

LEIÐBEININGAR:

a)Fyrir marineringuna, setjið allt hráefnið í litla hrærivélaskál og þeytið saman.

b)Settu steikurnar í fat sem ekki hvarfast. Hellið helmingi marineringarinnar yfir. Lokið og setjið í ísskáp til að marinerast í nokkrar klukkustundir. Geymið frátekna marineringuna til að klæða salatið.

c)Fyrir súrsuðu goji-berin skaltu sameina allt hráefnið í skál. Setjið til hliðar í 30 mínútur til að blandast.

d)Færið marineruðu steikurnar að stofuhita áður en þær eru grillaðar. Hitið Le Creuset 30 cm steypujárni Signature Shallow Grill þar til það er heitt. Steikið á miðlungs hátt í 3-4 mínútur. Snúðu og eldaðu í 3 mínútur til viðbótar, eða þar til þú vilt. Hvíldu í 5-7 mínútur áður en þú sneiðir.

e)Setjið allt hráefnið í salatið, nema sesamfræin, í stóra skál. Bætið við frátekinni marineringunni og hrærið létt til að hjúpa. Færið salatið yfir á framreiðsludisk. Raðið sneiðsteikinni á salatið. Stráið sesamfræjum yfir og berið cashew dressinguna fram við hliðina.

OFURMATARSÚPUR

68. Kjúklinga-, engifer- og gojiberjasúpa

Gerir: 3 lítra

HRÁEFNI:

- 1 kjúklingur
- vatn, um 8-12 bollar
- 4 tommu stykki af engifer helmingaður þvers og kruss
- 5 stór hvítlauksrif, mulin
- 1 meðalstór laukur, helmingaður
- salt
- kókos amínó
- 1 matskeið óbragðbætt gelatínduft
- 1-2 matskeiðar salt
- 6 gulrætur, skrældar og sneiðar ½ tommu þykkar
- 1 delicata leiðsögn, afhýdd og skorin í teninga
- ½ bolli þurrkuð goji ber
- 2 bollar hvít hrísgrjón, soðin

LEIÐBEININGAR:

a) Hitið kjúklinginn og vatnið að suðu ásamt lauknum, hvítlauknum og engiferinu.

b) Lækkið hitann í vægan hita og eldið í 1-2 klukkustundir eða þar til kjúklingurinn losnar auðveldlega af beinum.

c) Takið kjúklinginn úr pottinum. Notaðu sigti eða könguló, fiskaðu upp hvítlauk, engifer og lauk.

d) Blandið matarlíminu saman við salti og bætið þessari blöndu við soðið.

e) Bætið við um 2 matskeiðum af Coconut Aminos.

f) Bætið gulrótunum, leiðsögninni og gojiberjunum út í og látið malla í 20-30 eða þar til allt grænmetið er meyrt.

g) Á meðan grænmetið eldast skaltu fjarlægja kjúklinginn af beinum. Rífið kjötið.

h) Bætið kjúklingnum út í súpuna og takið hann af hellunni.

i) Berið fram með soðnum hvítum hrísgrjónum.

69. Svínasúpa með Goji & Daikon

Gerir: 4

HRÁEFNI:

- ½ pund barnsrif, skorið í hæfilega stóra bita
- 1 meðalstórt daikon, skorið í stóra bita
- 3 sneiðar engifer
- handfylli af goji berjum
- ½ tsk kínverskt edik
- salt eftir smekk
- smá hvítur pipar eftir smekk
- 2 stilkar grænn laukur, saxaður til áleggs

LEIÐBEININGAR:

a) Setjið köldu vatni yfir svínarífin í potti, látið suðuna koma upp við meðalháan hita og eldið í nokkrar mínútur þar til svínarifin hafa breytt um lit, fargið vatninu, skolið undir rennandi vatni, hellið vel af og setjið til hliðar.

b) Í keramikpotti eða hollenskum ofni skaltu bæta við svínakjöti, daikon, engifer og 4 bollum af vatni.

c) Látið suðuna koma upp við háan hita, stillið á lágan hita og látið malla í um 35 mínútur með loki á.

d) Kryddið með kínversku ediki, salti og hvítum pipar og hrærið til að blanda vel saman.

e) Bætið gojiberjunum út í og látið malla í 5 mínútur í viðbót áður en þau eru tekin af hellunni.

f) Stráið ferskum söxuðum grænum lauk yfir til að bera fram.

70. Spínatsúpa með Goji

Gerir: 4 skammta

HRÁEFNI:

- 3 hvítlauksgeirar saxaðir
- 4 bollar grænmetissoð lítið natríum valinn
- $\frac{1}{8}$ bolli goji ber
- 7 oz kínverskt spínat
- 1 $\frac{1}{2}$ matskeið Shaoxing vín
- 2 msk sojasósa eða eftir smekk

LEIÐBEININGAR:

a) Hitið matskeið eða svo af hlutlausri olíu í hollenskum ofni/súpupotti. Þegar potturinn er hitinn er hvítlaukurinn settur út í og steiktur í 1-2 mínútur þar til hann er ilmandi.

b) Næst skaltu bæta við grænmetissoði og goji berjum. Látið suðuna koma upp í blönduna, lækkið síðan hitann niður í vægan malla. Eldið, þakið í 5 mínútur.

c) Hrærið spínati saman við og eldið þar til það hefur visnað í um 2-3 mínútur.

d) Að lokum bætið við Shaoxing víni og helmingnum af sojasósunni. Látið smakka og bætið við meiri sojasósu ef þarf.

71. Rauð linsubaunasúpa með goji berjum

Gerir: 2 skammta

HRÁEFNI:

- ½ únsa goji ber, liggja í bleyti
- 1 gulrót, saxuð
- 1 skalottlaukur, saxaður
- 1 tommu stykki af engifer, rifið
- 1 hvítlauksgeiri, saxaður
- ¾ teskeið karrýduft
- ¾ bolli rauðar linsubaunir
- ½ bolli kókosmjólk
- Lítið búnt af kóríander, saxað
- 1 lime

LEIÐBEININGAR

a) Hitið ofninn í 350°F.

b) Hitið 2 msk ólífuolíu yfir miðlungshita í 4 lítra potti þar til það er heitt en reykir ekki.

c) Bætið skalottlaukum og gulrótum á pönnuna, kryddið með salti og eldið þar til það er mjúkt, um það bil 5 mínútur.

d) Bætið hvítlauknum, engiferinu og karrýduftinu út í og eldið þar til það er ilmandi, um það bil 30 sekúndur.

e) Bætið linsunum og 3 bollum af vatni út í og eldið þar til linsurnar eru mjúkar og falla í sundur í um það bil 10 mínútur.

f) Bætið helmingnum af kókosmjólkinni og helmingnum af kóríander út í súpuna og smakkið til með salti og pipar.

g) Hellið súpunni í framreiðsluskálar.

h) Dreypið afganginum af kókosmjólkinni, limebörknum og safa út í.

i) Skreytið með afganginum af kóríander og goji berjunum.

72. Drukkin rækja með Goji berjum

Gerir: 4 skammta

HRÁEFNI:

- 2 bollar Shaoxing hrísgrjónavín
- 4 skrældar ferskar engifersneiðar, hver um sig á stærð við fjórðung
- 2 matskeiðar þurrkuð goji ber
- 2 tsk sykur
- 1 kílós risarækjur, afhýddar og afvegaðar, skottið eftir á
- 2 matskeiðar jurtaolía
- Kosher salt
- 2 tsk maíssterkju

LEIÐBEININGAR:

a) Hrærið saman hrísgrjónavíni, engifer, goji berjum og sykri í breiðri blöndunarskál þar til sykurinn er uppleystur. Bætið rækjunni út í og hyljið. Marinerið í ísskáp í 20 til 30 mínútur.

b) Hellið rækjunni og marineringunni í sigti sett yfir skál. Geymið $\frac{1}{2}$ bolla af marineringunni og fargið restinni.

c) Hitið wok við meðalháan hita þar til vatnsdropi síast og gufar upp við snertingu. Hellið olíunni út í og hrærið til að húða botninn á wokinu. Kryddið olíuna með því að bæta við smá klípu af salti og hrærið varlega.

d) Bætið rækjunni út í og hrærið kröftuglega, bætið við klípu af salti um leið og þið snúið rækjunni við í wokinu.

Haltu áfram að hreyfa rækjurnar í um það bil 3 mínútur, þar til þær verða bara bleikar.

e) Hrærið maíssterkjuna í fráteknu marineringunni og hellið því yfir rækjurnar. Kasta rækjunni og húðaðu hana með marineringunni. Það mun þykkna í gljáandi sósu þegar það byrjar að sjóða, um það bil 5 mínútur í viðbót.

f) Flyttu rækjurnar og goji-berin yfir á fat, fargið engiferinu og berið fram heitt.

OFURMATUR DESSERT

73. Açaí Sorbet

Gerir: 4 skammta

Hráefni:

- 2 bollar af ferskum bláberjum
- lime
- 14 aura af frosnu hreinu ósykruðu Açaí berjamauki
- $\frac{1}{2}$ bolli sykur
- ⅔bolli vatn

LEIÐBEININGAR:

a)Kveiktu á eldavélinni og láttu vatnið sjóða í litlum potti. Þegar það sýður, hellið sykrinum út í og hrærið þannig að hann leysist alveg upp.

b)Þegar sykurinn er uppleystur, takið pottinn af hellunni og hrærið smá lime-safa út í. Látið þetta kólna til hliðar á meðan þið vinnið við aðra hluta sorbetsins.

c)Taktu blandarann þinn út og settu Açaí berjakvoða, bláber og 2 matskeiðar af lime safa út í. Ýttu á „blanda" hnappinn og maukaðu þessa blöndu þar til hún er falleg og slétt.

d)Bætið nú sykrinum og limevatninu í blandarann og ýtið aftur á „blanda".

e)Nú þegar blandan er öll fullkomlega blandað skaltu opna ísvélina þína og hella henni í skálina. Látið malla í um það bil 30 mínútur eða þar til sorbetið er þykkt.

f)Flyttu sorbetið í ílát og settu það í frystinn þinn. Það ætti að taka að minnsta kosti 2 tíma fyrir það að verða stíft. Á þeim tímapunkti geturðu dekrað við þig með smá sorbet!

74. No-Bake Brómber og Açaí berjakaka

Gerir: 4 skammta

Hráefni:

GRUNNI:

- 4 holóttar Medjool döðlur
- ½ bolli möndla
- ½ bolli glútenlausir rúllaðir hafrar

KOKOSLAG:

- ¾ bolli fullfeiti kókosmjólk
- ¼ bolli mjólkurlaus jógúrt
- ½ tsk agar agar duft

AÇAI & BLACKBERRY LAG:

- 100 g brómber
- ½ bolli vatn
- ¼ bolli mjólkurlaus jógúrt
- 1 bolli fullfeiti kókosmjólk
- 3 matskeiðar hlynsíróp
- 1 msk Açaí berjaduft
- 1 tsk agar agar duft

KOKOSLAG:

- ¾ bolli fullfeiti kókosmjólk
- ¼ bolli mjólkurlaus jógúrt
- ½ tsk agar agar duft

BLACKBERRY JELLY:

- 100 g brómber
- ½ bolli vatn
- 3 matskeiðar hlynsíróp
- ½ tsk agar agar duft

LEIÐBEININGAR:

a) Klæðið brauðform með smjörpappír. Í matvinnsluvél, bætið grunnhráefnunum saman við og vinnið þar til það hefur blandast vel saman. Flyttu blöndunni yfir á tilbúna pönnu, þrýstu þétt í botninn. Setjið pönnuna í frysti til að stífna á meðan kókoslagið er útbúið.

b) Kókoslag: Látið suðuna koma upp í potti. Bætið agar-agar út í og hrærið stöðugt, haltu áfram að hræra þar til agarinn leysist alveg upp. Lækkið þá hitann og þeytið jógúrt út í. Látið malla í 1 mín. Slökkvið á hitanum og leyfið blöndunni að kólna aðeins. Hellið blöndunni yfir botninn. Kældu í ísskáp til að stífna.

c) Açai lag: bætið berjum og vatni í blandara og blandið þar til slétt. Hitið kókosmjólk og brómberjamauk í pott. Bætið agar-agar og açai dufti út í og hrærið stöðugt, haltu áfram að hræra þar til agarinn leysist alveg upp. Lækkið þá hitann og þeytið jógúrt og hlynsíróp út í. Látið malla í 1 mín. Slökkvið á hitanum og leyfið blöndunni að kólna aðeins. Hellið blöndunni yfir sett kókoslagið. Sett í ísskáp til að stífna.

d) Brómberjahlaup: Hitið vatn og brómber að suðu í potti. Bætið agar-agar út í og hrærið stöðugt, haltu áfram að hræra þar til agarinn leysist alveg upp. Lækkið þá hitann og þeytið hlynsíróp út í. Látið malla í 1 mín. Slökkvið á hitanum og hellið blöndunni ofan á setta brómberjalagið. Settu pönnuna yfir í ísskáp og láttu hana storkna.

75. Açaí Popsicles

Gerir: 10 popsicles

Hráefni:

- $3\frac{1}{2}$-4 bollar fersk blönduð ber jarðarber, hindber, bláber og brómber
- $\frac{3}{4}$ bolli grísk jógúrt eða vanillu
- $\frac{1}{2}$ bolli mjólk
- $\frac{1}{4}$ bolli af reyrsykri eða sykuruppbót
- 2 matskeiðar Açaí duft eða 1 pakki frosið Açaí

LEIÐBEININGAR:

a) Undirbúið ávexti með þvotti. Skerið stilkana af jarðarberjunum.

b) Bætið berjum, jógúrt, mjólk, sykri og Açaí dufti í háhraða blandara. Blandið þar til slétt og fræin eru brotin niður í um það bil 2 mínútur.

c) Hellið í ísbolluform. Stingdu íspinna í mitt hvert mót.

d) Frystið þar til það er alveg frosið.

e) Takið skálina úr forminu og berið fram.

f) Geymið í frysti í loftþéttu íláti eða Ziploc í allt að 3 mánuði.

76. Vegan Açaí berjakaka

Gerir: 8

Hráefni:

GRUNNI:

- 30g magn næringarefni Jarðprótein í súkkulaði
- 65 g möndlumjöl
- 1 tsk vanillu essens
- 60 g hrísgrjóna maltsíróp
- 50 g hafrar
- 10g fræ
- 15 g kakóduft
- 50 g hráar kasjúhnetur
- 75ml mjólk að eigin vali - við notuðum möndlumjólk

ÁFLAG:

- 30 g af vanillu próteindufti
- 200g frosið Açaí mauk
- 200 g hráar kasjúhnetur - liggja í bleyti í vatni til að mýkjast
- 300ml kókosrjómi
- 40 g kókosolía - brætt
- 2 tsk gelatín eða vegan valkostur - leyst upp í 20ml sjóðandi vatni
- 50 g hrísgrjóna maltsíróp
- 1 tsk vanillu essens

LEIÐBEININGAR:

a) Klæðið kökuform með bökunarpappír.

TIL AÐ GERÐA GRUNDINN:

b) Setjið kasjúhnetur og hafrar í blandara og pulsið.

c) Bætið öllu öðru hráefni saman við og hrærið í höndunum.

d) Þrýstið í botninn á kökuforminu.

TIL AÐ GERA ÁLAGIÐ:

e) Setjið öll hráefni áleggsins í örgjörva og blandið þar til slétt.

f) Hellið yfir botninn.

g) Sett í ísskáp. Best að láta standa yfir nótt.

77. Banani og açai ís

Gerir: 2 skammta

Hráefni:

- 2 frosnir bananar
- 4 oz frosinn açai
- 1½ msk hlynsíróp
- ½ tsk vanilluþykkni

LEIÐBEININGAR:

a) Setjið allt hráefnið í skál matvinnsluvélar og látið ganga þar til það er rjómakennt og ljúffengt.

78. Açaí súkkulaðimús

Gerir: 4 skammta

Hráefni:

- 100 g sykurlausir dökkir súkkulaðibitar
- 175 g döðlur, grófhreinsaðar
- 5 eggjahvítur
- 3 tsk kókoshnetusykur
- $\frac{1}{4}$ bolli Açaí duft
- 2 bollar grísk/náttúruleg jógúrt
- 2 msk Kókosvatnsduft
- 3 matskeiðar hunang

ÁFLAG:

- Kókosflögur
- Bláber/hindber

LEIÐBEININGAR:

a) Setjið döðlur í pott og setjið vatn yfir. Látið suðuna koma upp og látið malla þar til döðlurnar eru orðnar mjög mjúkar, hrærið í af og til.

b) Bræðið súkkulaði í hitaþolinni skál yfir pönnu með sjóðandi vatni. Setjið til hliðar til að kólna aðeins.

c) Vinnið döðlur og afganginn af sjóðandi vökva í matvinnsluvél þar til þær eru sléttar. Látið kólna, bætið súkkulaði út í og vinnið þar til það hefur blandast saman.

d) Blandið jógúrt, Açaí dufti og hunangi saman í skál þar til það hefur blandast saman.

e) Þeytið eggjahvítur í mjög hreinni, þurrri skál þar til þær verða hvítar og stífar. Bætið 1 tsk af kókossykri út í og þeytið í eina mínútu, bætið við afganginum af kókossykri og þeytið þar til eggjahvítur verða gljáandi.

f) Bætið við lítilli skeið af eggjahvítu til dagsetningarblöndu til að losna og blandið síðan varlega saman ⅓ af eggjahvítunum í gegn.

g) Hellið þunnu lagi af súkkulaðidöðlublöndu í hvern bolla og setjið í ísskáp í 15 mínútur.

h) Á meðan, blandið eggjahvítunum sem eftir eru varlega saman við Açaí blönduna. Skiptið á milli bolla og setjið í ísskáp í að minnsta kosti klukkutíma.

i) Berið fram með ferskum bláberjum, kókosflögum, hnetum eða áleggi að eigin vali!

79. Açai Chia búðingur

Gerir: 4 skammta

Hráefni

- $\frac{3}{4}$ bolli Chia fræ
- 2 $\frac{3}{4}$ bollar mjólkurlaus mjólk
- 6-8 Medjool döðlur, holóttar
- 6 matskeiðar Açai-Maqui Bowl Mix
- $\frac{1}{4}$ bolli bláber, fersk eða frosin
- Valfrjálst álegg: Granola, ferskir ávextir, kakóhnífar osfrv.

LEIÐBEININGAR

a) Bætið fyrst döðlunum og mjólkurlausri mjólk í hraðblöndunartæki og blandið á háu þar til slétt er.

b) Bætið restinni af hráefnunum í blandarann og blandið saman við lágan hita þar til allt hefur blandast vel saman. Látið standa í 5 mínútur, blandið síðan aftur - „búðingurinn" ætti að vera áberandi þykkari. Ef þú átt ekki blandara með breytilegum stillingum geturðu líka fært allt í skál og þeytt í höndunum.

c) Flyttu Chia búðinginn í krukkur og geymdu í ísskáp í allt að 5 daga. Ég lagði Açaí Chia skálarnar mínar í lag með 2 matskeiðum af granóla + ávöxtum á botninum, auk fleiri ávaxta, granóla og kakónibs ofan á!

80. Goji Beet Coconut ís

Gerir: 4 skammta

HRÁEFNI:

KOKOSLAG:

- 3 bollar rifin kókos
- ¼ bolli hrísgrjónmaltsíróp
- 1 matskeið kókosmjólk
- 1 matskeið kókosolía

BLEIKET LAG:

- 3 bollar rifin kókos
- ¼ bolli hrísgrjónmaltsíróp
- 1 matskeið kókosmjólk
- 1 matskeið kókosolía
- 2 matskeiðar lífræn chiafræ
- ⅓bolli Goji ber
- 1 tsk lífrænt rauðrófuduft

LEIÐBEININGAR:

a) Setjið hráefnin fyrir kókoslagið í matvinnsluvél og blandið þar til blandan festist saman. Dreifið blöndunni út á fóðrað meðalstórt ferningsform og setjið í frysti.

b) Farðu næst yfir í bleika lagið, settu hráefnin fyrir þetta lag í matvinnsluvélina og púlsaðu þar til blandan festist saman. Dreifið ofan á kókoslagið og frystið.

c) Látið frysta í að minnsta kosti 30 mínútur áður en skorið er í ferninga.

d) Toppið með fleiri Goji berjum til að bera fram.

81. Berjafrosið jógúrt toppað með Goji

Gerir: 4 skammta

HRÁEFNI:

- 2 bollar frosin blönduð ber
- Acai duft
- 1 bolli lágfitu grísk jógúrt
- Fersk bláber og Goji ber sem álegg

LEIÐBEININGAR:

a) Bætið blönduðum berjum og acai dufti í háhraða blandara og blandið þar til blandan er slétt.

b) Setjið í ísvél eftir leiðbeiningunum sem fylgja með og berið fram eða berið fram strax eftir að hráefni hefur verið blandað saman ef þú átt ekki ísvél.

c) Skreytið með bláberjum og gojiberjum.

82. Vanillu Goji Berry ís

Gerir: 4 skammta

HRÁEFNI:

RJÓMAÍS:

- $\frac{3}{4}$ bolli hráar kasjúhnetur, lagðar í bleyti og síaðar
- 6 matskeiðar ósykrað mjólkurlaus mjólk
- 5 matskeiðar hlynsíróp
- 4 matskeiðar kókosolía
- 1 tsk hreint vanilluþykkni
- $\frac{1}{2}$ tsk hrámöluð vanillustöng
- $\frac{1}{4}$ tsk sjávarsalt

FOLD-INS:

- $\frac{1}{4}$ bolli þurrkuð goji ber
- 1 matskeið af ætum þurrkuðum bláum kornblómablöðum

LEIÐBEININGAR:

a) Blandið öllu saman í slétta blöndu í kraftblöndunartæki.
b) Flyttu í miðlungslítið glerfrystiþolið ílát.
c) Stráið gojiberjum og kornblómablöðum yfir. Frysta.

83. Goji-, pistasíu- og sítrónuterta

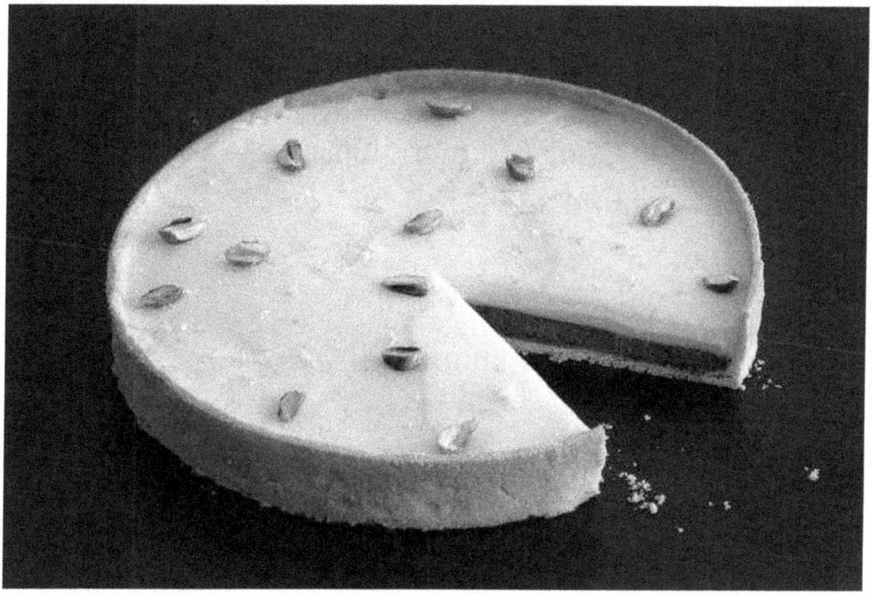

Gerir: 12

HRÁEFNI:

FYRIR HÁRÁ VEGAN PISTASÍUSKORPA:

- 1½ bolli möndlumjöl eða möndlumjöl
- ½ bolli pistasíuhnetur
- 3 dagsetningar
- 1½ matskeið kókosolía
- ½ tsk malað kardimommuduft
- ⅛ teskeið salt

FYLLING:

- 1½ bolli kókosrjómi
- 1 bolli sítrónusafi
- 1 matskeið maíssterkju
- 2 tsk agar-agar
- ¼ bolli hlynsíróp
- ½ tsk malað túrmerikduft
- 1 tsk vanilluþykkni
- ½ tsk goji þykkni

ÁFLYTTIR:

- handfylli af goji berjum
- drekaávöxtur
- ætum blómum
- súkkulaðihjörtu

LEIÐBEININGAR:

TERTUSKEL

a) Blandið möndlumjöli og pistasíuhnetum saman í matvinnsluvél/blöndunartæki þar til það er fínn moli.

b) Bætið restinni af hráefnunum saman við og blandið vel saman þar til þú færð einsleita klístraða blöndu.

c) Bætið skorpudeiginu í tertuform og dreifið því jafnt í botninn.

d) Látið kólna í ísskápnum á meðan þið útbúið fyllinguna.

FYLLING

e) Hitið kókosrjómann í meðalstórum potti, hrærið vel þar til það er slétt og einsleitt.

f) Bætið restinni af fyllingarefninu út í, þar á meðal maíssterkju og agar agar.

g) Á meðan hrært er stöðugt, látið suðuna koma upp og eldið í nokkrar mínútur þar til það fer að þykkna.

h) Þegar blandan þykknar er hún tekin af hellunni og látið kólna í 10-15 mínútur.

i) Hellið svo yfir skorpuna og látið kólna alveg.

j) Setjið í ísskáp í nokkra klukkutíma að minnsta kosti þar til fyllingin er alveg stíf.

k) Skreyttu með goji berjum, drekaávaxtakúlum og ætum blómum, eða með uppáhalds álegginu þínu.

84. Goji berjabollur með súkkulaðiganache

Gerir: Um 30 bollakökur

HRÁEFNI:

- 7 aura bitursætt súkkulaði, saxað
- 12 aura ósaltað smjör
- 2 ¼ bollar sykur
- 8 stór egg, stofuhita
- 1 ¼ bolli alhliða hveiti
- ¼ bolli ósykrað kakóduft
- 1 ½ tsk lyftiduft
- ¼ tsk Himalayan bleikt salt
- ¾ bolli goji ber, söxuð
- Súkkulaði ganache

LEIÐBEININGAR:

a) Hitið ofninn í 350 gráður.

b) Undirbúið bollakökuform með bollakökufóðri.

c) Setjið súkkulaði í málmskál. Bætið smjöri við súkkulaðið og setjið skálina yfir pott með sjóðandi vatni. Hrærið þar til súkkulaðið bráðnar og smjörið hefur blandast saman.

d) Takið af hitanum og hrærið sykri saman við. Látið blönduna kólna í 10 mínútur. Hellið blöndunni í skál hrærivélar og þeytið í 3 mínútur.

e) Bætið einu eggi út í í einu og hrærið í 30 sekúndur á milli hvers og eins.

f) Sigtið hveiti, kakóduft, lyftiduft og salt saman í skál. Bætið við blönduna og þeytið þar til það er blandað.

g) Hrærið goji berjunum saman við. Skellið í bollakökubolla og bakið í 25 mínútur eða þar til tannstöngull kemur hreinn út. Takið úr ofninum og látið kólna á grind.

h) Stráið ganache ofan á bollakökurnar og stráið síðan bleika salti yfir.

85. Súkkulaði Goji Banana Pops

Gerir: 6

HRÁEFNI:

- 4 meðalstórir bananar skrældir og skornir í tvennt þversum
- Popsicle prik
- 1 ½ bolli dökkt súkkulaðiflögur/hnappar
- ¼ tsk kókosolía

ÁFLYTTIR

- Ristað múslí & graskersfræ
- Goji ber og þurrkaðar apríkósur í teningum
- Frystþurrkaðir granateplar og kókosflögur
- Saxaðar pistasíuhnetur og möndlur
- Niðurskornar möndlur & rifin kókos
- Quinoa púst

LEIÐBEININGAR:

a) Setjið súkkulaðibita/hnappa með kókosolíu í örbylgjuþolna skál og hitið í að minnsta kosti 15 sekúndna millibili á meðalstyrk - hrærið á milli þeirra þar til bráðið er.

b) Notaðu krús með breiðum munni svo bráðna súkkulaðið nái að minnsta kosti ¾ af lengd banananans þegar því er dýft í súkkulaðið.

c) Smyrjið hverju áleggi á flatan bakka og veltið súkkulaðihjúpa banananum í áleggið að eigin vali. Settu á sérstakan lítinn bakka með vaxpappír.

d) Endurtaktu ferlið fyrir hitt áleggið og settu það síðan í frysti í að minnsta kosti 30 mínútur eða þar til húðin hefur harðnað. Berið fram kalt.

86. Açaí berjabaka

Gerir: 4 skammta

Hráefni

FYRIR SKORPAN:

- 1 glútenlaus bökuskorpa

FYRIR FYLLINGU:

- $\frac{1}{2}$ bolli Açaí mauk
- 3 bollar frosin blönduð ber
- 1-2 matskeiðar Kókosolía
- Klípa malað engifer
- Dafa af kanil
- Dás af vanillu

FYRIR CRUMBLE TOPPING:

- 2 bollar glútenlausir hafrar
- $\frac{1}{2}$ bolli brædd kókosolía
- Dapur af sjávarsalti
- Dash kanill
- Valfrjálst: Lítil handfylli af söxuðum hnetum og fræjum

LEIÐBEININGAR:

a) Forhitið ofninn í 350°F. Til að búa til fyllingu: Blandaðu saman Açaí-mauki, frosnum blönduðum berjum og engifer eða kanil í blandara.

b) Blandið þar til slétt og blandað saman. Bætið restinni af berjunum í skál og bætið svo blönduðu blöndunni út í. Hrærið til að blanda saman. Hellið blöndunni í bökubotninn og sléttið blönduna jafnt út.

c) Yfir toppinn, dreift jafnt litlum dúkkum af kókosolíu.

d)Toppið með crumble blöndu. Til að gera crumble: Blandið öllu hráefninu saman í skál.

e)Gakktu úr skugga um að allir hafrar séu þaktir. Skelltu bökufyllingunni ofan á og klappaðu varlega niður. Bakið við 350°F í 30 mínútur, eða þar til gullbrúnt.

f)Látið kólna áður en það er borið fram. Prófaðu að bæta við ausu af Açai Sorbet til að gera það a la mode.

87. Açaí bananabrauð

Gerir: 6 skammta

Hráefni

- Açaí mauki
- ½ bolli vegan smjör
- 1 bolli vegan sykur
- 3 Extra stórir þroskaðir bananar
- 2 Eggskiptaígildi
- ½ tsk Vanilla
- ½ tsk sítrónusafi
- 1 ½ bolli óbleikt hveiti
- 1 ½ msk heitt vatn

LEIÐBEININGAR:

a) Hitið ofninn í 350 gráður.

b) Til að undirbúa, smyrjið venjulegt brauðform, stappið banana þar til þeir eru sléttir með nokkrum klumpur og aðskilið eggjahvítur og eggjarauður í tveimur mismunandi skálum.

c) Hrærið smjör og sykur saman í stórri skál. Bætið bönunum, eggjarauðunum, vanillu, sítrónusafa og matarsóda saman við og blandið vel saman og hrærið síðan hveiti saman við þar til það hefur blandast saman.

d) Þeytið eggjahvítur þar til þær eru stífar, blandið síðan varlega saman við deigið þar til þær eru blandaðar. Hrærið að lokum heitu vatni út í.

e) Hellið helmingnum af deiginu í brauðformið, bætið Açaí pakkanum við til að búa til millilag, hellið svo afganginum til að fylla.

f) Notaðu viðarspjót eða annað álíka lagað tæki, hrærðu varlega í deiginu í hringlaga hreyfingum til að gera Açaí hringið.

g) Bakið í um 45 mínútur eða þar til tannstöngull sem stungið er í miðjuna kemur hreinn út.

h) Látið kólna í 15 mínútur eða svo og berið fram.

Açaí Brownies

Gerir: 6 skammta

Hráefni

FYRIR BROWNIES:

- Açaí mauki
- 1 ½ bolli valhnetur
- 6 matskeiðar Vegan kakóduft1
- ½ tsk Vanilla
- 2 ½ bolli holóttar döðlur
- Klípaðu Himalayan sjávarsalt

FYRIR ÁFLAÐIÐ:

- ¾ Bolli hráar kasjúhnetur
- 2 matskeiðar Brædd kókosolía
- 3 matskeiðar hlynsíróp
- Açaí mauki
- Frosin blönduð ber

88. Raw Açaí Brownies

Gerir: 6 skammta

Hráefni

FYRIR BROWNIES:

- Açaí mauki
- 1 ½ bolli valhnetur
- 6 matskeiðar Vegan kakóduft1
- ½ tsk Vanilla
- 2 ½ bolli holóttar döðlur
- Klípaðu Himalayan sjávarsalt

FYRIR ÁFLAÐIÐ:

- ¾ Bolli hráar kasjúhnetur
- 2 matskeiðar Brædd kókosolía
- 3 matskeiðar hlynsíróp
- Açaí mauki
- Frosin blönduð ber

LEIÐBEININGAR:

a) Blandið Açaí mauki, döðlum, valhnetum, kakói, vanillu og salti saman í matvinnsluvél. Vinnið þar til slétt. skafa niður hliðar eftir þörfum. Smyrðu 8 x 8 bökunarform létt með kókosolíu eða notaðu smjörpappír.

b) Færið deigið yfir á pönnuna og þrýstið vel þar til það er jafnt dreift. Setjið í ísskáp í að minnsta kosti tvo tíma.

c) Til áleggs: Í matvinnsluvél, blandaðu hráum kasjúhnetum, hlyn eða hunangi, Açaí og kókosolíu hratt.

d) Bætið við klípu af salti ef þú vilt og handfylli af frosnum blönduðum berjum. Þegar brúnkökurnar harðnað í ísskápnum í um það bil tvær klukkustundir, fyllið þær með frosti og setjið þær aftur í ísskápinn í aðra eða tvo klukkutíma.

e) Skerið og berið fram.

OFURMATADRYKKIR

89. Minty Açaí kokteill

Gerir: 2 skammta

Hráefni

- 10 oz af Açaí safa
- 2 oz vodka
- $\frac{1}{4}$ bolli bláber, frosin
- 1 myntugrein
- Safi úr $\frac{1}{2}$ sítrónu
- Ís
- Handfylli af ferskum bláberjum

LEIÐBEININGAR

a) Setjið frosin bláber, myntu og sítrónusafa í hristara.
b) Hrærið hráefninu.
c) Bætið við vodka, ís og Açaí safa.
d) Hristið í 20 sekúndur.
e) Hellið yfir sigti í matarglös með ís.
f) Toppið með fleiri ferskum bláberjum, sítrónu og myntu.

90. Bourbon Açaí kokteill

Gerir: 1 skammt

Hráefni

- 2 oz Bourbon
- 1 msk ferskur sítrónusafi
- 2 tsk Blackberry Simple síróp
- ⅓bolli Orkudrykkur
- 5 frosin brómber

LEIÐBEININGAR

a) Blandaðu saman bourbon, sítrónusafa, brómberjasírópi, orkudrykk og ís í hristara. Hristið vel.
b) Sigtið í hátt glas yfir frosin ber og skreytið með myntu ef vill.

91. Strawberry Açaí Rosé Spritzer

Gerir: 2

Hráefni

- 1 bolli jarðarber
- $\frac{1}{2}$ sítróna, safi
- 8 oz Rósé
- 6 oz orkudrykkur
- Til að skreyta: Jarðarber, sítrónusneiðar, myntulauf

LEIÐBEININGAR

a)Maukið jarðarberin og sítrónusafann í blandara þar til mjúkt.

b)Fyrir hvern spritzer skaltu bæta 3 matskeiðum af jarðarberjamauki og rósa í glas.

c)Bætið við ísmolum og toppið með orkudrykknum. Hrærið aftur.

d)Skreytið með jarðarberjum, sítrónusneiðum og ferskri myntu...og njótið!

92. Blár Martini Açaí kokteill

Gerir: 1 skammt

Hráefni

- 1 hluti Açaí orkudrykkur
- 1 hluti vodka

LEIÐBEININGAR

a) Hellið yfir ís og hristið í hristara.
b) Sigtið í martini glas.

93. Caipirinha Açaí hanastél

Gerir: 1 skammt

Hráefni

- 2 hlutar Açaí orkudrykkur
- 1 hluti Cachaça
- ½ limebátar
- 1 tsk hrásykur

LEIÐBEININGAR

a) Drullaðu lime í botninn á hristaranum þínum og helltu cachaça, Amazon Energy, sykri og hollum handfylli af ís út í.

b) Hristið upp og berið fram í glasi með aðeins meiri sykri.

94. Ginger Açaí hanastél

Gerir: 1 skammt

Hráefni

- 1 dós Açaí orkudrykkur
- Engiferbjór

LEIÐBEININGAR

a)Hellið fyrst engiferbjór í glasið og bætið Açaí orkudrykknum við eftir smekk

b)Safn amazon orkudrykkir Neystu drykkur Vara upprunalega Açaí orkudrykkur Tegund drykkja

95. Açaí Gin og Tonic

Gerir: 1 kokteil

Hráefni

- 2½ aura gin
- 1-eyri lime safi
- 1 tsk lífrænt Açaí duft
- 5 aura tonic vatn

LEIÐBEININGAR

a) Bætið gininu, limesafanum og Açaí duftinu í kokteilhristara.

b) Hristið í 30 sekúndur með ís.

c) Fylltu tvö lítil glös af klaka og síaðu gin- og limeblöndunni yfir.

d) Toppið með tonic vatni og skreytið með fjólubláu blómi. Ef þú notar þurrís skaltu bæta stykki við kokteilinn áður en hann er borinn fram.

96. Hindberja, Riesling og Açaí kokteill

Gerir: 1

Hráefni

- 1 hluti hindberja Açaí safi
- 1 hluti Riesling
- Club Soda
- Fersk jarðarber, skorin í sneiðar

LEIÐBEININGAR

a) Bætið við jöfnum hlutum Raspberry Açaí og Riesling.
b) Toppið með club gosi.
c) Skreytið með ferskum jarðarberjum.

97. Kirsuberja vanillu smoothie

Gerir: 2

HRÁEFNI:

- 1 bolli frosin rifin kirsuber
- $\frac{1}{4}$ bolli hráar macadamíahnetur
- $\frac{1}{2}$ banani, skorinn í bita
- $\frac{1}{4}$ bolli þurrkuð goji ber
- 1 tsk hreint vanilluþykkni
- 1 bolli af vatni
- 6 til 8 ísmolar

LEIÐBEININGAR:

a) Setjið allt hráefni nema ísinn í blandara og vinnið þar til slétt og rjómakennt.

b) Bætið ísnum út í og vinnið aftur. Drekkið ískalt.

98. Goji og Chia Strawberry Smoothie

Gerir: 2

HRÁEFNI:

- 1 matskeið goji ber
- 1 matskeið jarðarber
- 1 tommu stykki af kanilstöng
- 2-4 matskeiðar chiafræ
- 1 matskeið kókosolía
- 16 aura. kókosvatn
- ⅓bolli hampi fræ
- 2-3 stór grænkálsblöð
- 1 bolli frosin ber
- $\frac{1}{2}$ frosinn banani

LEIÐBEININGAR:

a) Setjið goji ber, kanil og chia fræ í blandarann þinn og bætið við nógu miklu kókosvatni til að það hylji vel. Látið liggja í bleyti í um það bil 10 mínútur.

b) Setjið afganginn af kókosvatni og innihaldsefnum í blandara og vinnið í viðeigandi Smoothie stillingu, bætið við viðbótarvökva fyrir æskilega samkvæmni.

99. Blandaður Goji Berry Smoothie

Gerir: 2

HRÁEFNI:

- 2 bollar jarðarber
- 1 þroskaður banani
- $\frac{1}{4}$ bolli goji ber
- 1 bolli blönduð frosin ber
- 1 tommu hnúður af engiferrót
- $\frac{1}{4}$ bolli af kókosvatni

LEIÐBEININGAR:

a) Bætið öllu hráefninu í blandarann.

b) Skreytið með rifnum kókoshnetu og jarðarberjum.

100. Goji, mangó og baobab smoothie

Gerir: 3 bollar

HRÁEFNI:

- 2 bollar af vatni
- 1 mangó
- $\frac{1}{4}$ bolli goji ber
- 5 döðlur, holhreinsaðar og lagðar í bleyti
- 2 teskeiðar af baobab dufti

LEIÐBEININGAR:

a) Blandið öllu saman á háu í um það bil 30 sekúndur í háhraða blandara eða 60 sekúndur í venjulegum blandara.

NIÐURSTAÐA

Til hamingju, þú ert kominn á endastöð Ofurfæðiseldhúsið! Við vonum að þú hafir notið þess að uppgötva ótrúlegan kraft ofurfæðis og að þú hafir fundið mikinn innblástur til að innleiða þessa næringarríku matvæli í daglegri matreiðslu.

Við vitum að eldamennska með ofurfæði getur verið ný upplifun fyrir suma, en við vonum að þessi matreiðslubók hafi sýnt þér hversu auðvelt og ljúffengt það getur verið. Hvort sem þú ert vanur atvinnumaður eða forvitinn byrjandi, þá er það frábær leið til að bæta heilsu þína og vellíðan að setja ofurfæði inn í matargerðina þína.

Mundu að lykillinn að árangursríkri ofurfæðueldun er að velja hágæða hráefni, fylgja uppskriftunum vel og gera tilraunir með mismunandi bragði og áferð til að búa til þína eigin einstöku rétti.

Og ef þú hafðir gaman af þessari matreiðslubók,
vertu viss um að athuga

www.ingramcontent.com/pod-product-compliance
Lightning Source LLC
La Vergne TN
LVHW011016061026
849535LV00006B/1912